வைதேகி காத்திருந்தாளோ...!

ஸ்ரீவித்யா தேசிகன்

INDIA · SINGAPORE · MALAYSIA

ISBN 979-8-88815-326-0

ஆசிரியர் குறிப்பு

ஒரு பத்திரிகையாளராக பிரபலமான பத்திரிகைகளில் தொடர்ந்து எழுதி வருகிறேன். நான் எழுதிய முதல் புத்தகமான பின்னணிப் பாடகி திருமதி வாணி ஜெயராமின் இசை பயணம் 'நாதமெனும் கோவிலிலே' என்னும் புத்தகத்தை படித்த பலரும் "வாணி ஜெயராம் எங்கவீட்டுக்கேவந்துஎங்களோடுபேசுறமாதிரிஇருக்கு - உண்மையில் சொல்லப்போனால் அவங்க இசை பயணத்தில நடந்த சுவாரஸ்யமான சம்பவங்களை ஒரு கதை மாதிரி சொல்லியிருக்கீங்க" என்று சொல்வதைக் கேட்கும்போது அத்தனை உற்சாகமும், மகிழ்ச்சியும் எனக்கு ஏற்படுகிறது. அந்தப் புத்தகத்தைத் தொடர்ந்து, நான் எழுதும் முதல் நாவல் இதுதான்.

எல்லோருக்குமே, அவர்கள் பெற்றெடுக்கும் எல்லா குழந்தைகளுமே ஸ்பெஷல் தான் என்றாலும் தங்களை தாய் - தந்தையர் ஆக்கிய அந்த முதல் குழந்தையை பெறும்போது அவர்களின் உற்சாகத்துக்கு அளவே இருக்காது! அந்த வகையில், ஒரு நாவலாசிரியராக என்னுடைய இந்த முதல் குழந்தை எனக்கு மிகவும் ஸ்பெஷல்! - ஒவ்வொரு அத்தியாயம் எழுதும்போதும்

அந்த மகிழ்ச்சியை உணர்ந்து உணர்ந்து எழுதி இருக்கிறேன்... 'வைதேகி காத்திருந்தாளோ...!' என்ற இந்த நாவலை நீங்கள் படிக்கப் படிக்க நீங்களும் அந்த சுவாரசியத்தை நிச்சயம் உணர்வீர்கள்! நன்றி!

நாவலைப் பற்றிய ஒரு சிறு குறிப்பு...!

"வைதேகி காத்திருந்தாளோ...!", அப்படின்ற இந்த நாவல், ரொம்ப வித்தியாசமான ஒரு கதைக்களம் கொண்ட ஒரு நாவல்... நம்ம கதையோட ஹீரோயின் பேரு வைதேகி... வைதேகியின் அன்புக் கணவர் ராமன் (அட ! பேர் பொருத்தம் கூட ரொம்ப நல்லா இருக்குல்ல..!) ... இவ்வளவு அன்பான தம்பதிகளான அவங்களுக்கு, அவங்க வாழ்க்கையில அன்பு, பாசம், பணம், வசதிகள் (சின்ன சின்ன சண்டை சச்சரவுகள் உட்பட!) எதுக்குமே குறைவே கிடையாதுங்க - எதுக்குமே ! ஒண்ணே ஒண்ண தவிர - இவ்வளவு வசதிகள் இருந்தும் ஒரு குழந்தை இல்லையேன்ற குறை - அது, அவங்க மனசு நிறைய இருக்குங்க...

பணம் பணம்னு ஓடிக்கிட்டிருக்கிற இந்த காலத்துல, இந்த தம்பதிகளுக்கு தெரிஞ்சது அன்பு மட்டும் தாங்க... அவங்களோட வாழ்க்கையில என்னென்ன பிரச்சனைகள் வருது, அதையெல்லாம்

எப்படி கடந்து வர்றாங்க, எப்படி ஜெயிச்சு காட்டப் போறாங்க?, இதுதாங்க கதைக்களம்... இந்த நாவலை நீங்க படிச்சு முடிக்கும்போது 'நம்ம வீட்டுலயும் அன்புக்காக போராடற இப்படி ஒரு வைதேகி இருந்தா எவ்ளோ நல்லா இருக்கும்!', அப்படின்னு நிச்சயமா நினைப்பீங்க...

சங்கடங்கள், சம்பவங்கள், நிறைய நிறைஞ்சிருக்கும் அவங்க வாழ்க்கையில, கூடவே டிராவல் பண்ண போறோம், வாங்க...!

ஆத்துக்காரரும் தீபாவளிக்கு ரிலீசான படத்துக்கு அன்னைக்கே போய்ட்டு வந்துட்டாளாம்.. நீங்க என்னடான்னா டிக்கெட் கிடைக்கல அது இதுன்னு ஏதோ கதை சொல்றீங்கோ…" என்றுவைதேகி சொல்ல, "போன் பண்ணிட்டாளா கீதா - எனக்கு வில்லன்கள் பல ரூபத்தில் இருக்கா…சரி சரி விடு கவலையே படாதே… நாம ரெண்டு பேரும் அந்த புது படத்துக்கு போறதுக்கு சத்யம் எஸ்கேப்ல டிக்கெட் புக் பண்ணிடறேன்.." என்று சொல்ல "ஞாபகமா இன்னைக்கே டிக்கெட் ரிசர்வ் பண்ணிடுங்கோ… ஞாபகம் இருக்கட்டும் எதனா சாக்குப்போக்குச் சொல்லி மறுபடியும் நீங்க எஸ்கேப் ஆகாதீங்கோ" என்று வைதேகி சொல்ல, "Yes Madam… "என்று சொன்ன கணவனுக்கு "Bye" சொல்லி ஆபீசுக்கு அனுப்பிவிட்டு, அவருடைய கார் தெருமுனையில் போய் திரும்பும்வரை நின்று பார்க்கிறாள் வைதேகி…

அன்பு தம்பதிகள்…!

இந்த காட்சியை, தன் வீட்டு மாடியில் இருந்து பார்த்துக் கொண்டிருந்த பக்கத்து வீட்டு ராதா "என்ன வைதேகி, ராமன் சார் ஆபிசுக்கு கிளம்பியாச்சு போலிருக்கு" என்று கேட்க- 'ஆமாம்' என்பது போல தலையாட்டி விட்டு செல்கிறாள் வைதேகி.

"ஆமாம்! டெய்லி இதே சீன் தான்…இரண்டுபேரும் என்னமோ புதுசா கல்யாணம் ஆனவங்க மாதிரி… ரெண்டு பேருக்குமே வயசாகல…குழந்தை இல்லன்னா இவங்களே குழந்தைகள் ஆயிடுவாங்களா…."என்று என்று ராதா முணுமுணுக்க, "உனக்கு ஏம்மா பொறாமை…ஆன்ட்டி, அங்கிள், ரெண்டு பேரையும் பார்க்கும்போது இந்த வயசுலயும் இவ்ளோ ஹேப்பியா இருக்காங்களேன்னு நெனச்சு சந்தோஷ படணும்" என்று சொல்லிக்கொண்டே வந்த காலேஜ் படிக்கும் தன் மகளை "நீ சும்மா இருடி… பெருசா பெரிய மனுஷி மாதிரி சொல்ல வந்துட்டா…" என்ற அதட்டிவிட்டு உள்ளே செல்கிறாள் ராதா…

"நமக்கு கல்யாணம் ஆன புதுசுல இந்த பிளாட்ல தானே இருந்தாங்க - அதுக்கு அப்புறம் பிசினஸ் பெருக பெருக பக்கத்துல இருக்குற தனி வீட்டையே வாங்கிட்டு அங்க குடி போயிட்டாங்க …நீங்களும் இருக்கீங்களே! ஒரே கம்பெனியில் இத்தனை வருஷமா - என்ன பிரயோஜனம்" என்று ராதா இடித்துரைக்க, "அதுக்கு யார் என்ன பண்றது- ராமன் பிசினஸ்ல ஓஹோன்னு இருக்கார்ன்னா எல்லாம் வீட்டு அம்மாவோட முகராசி …என்ன பண்றது நான் கொடுத்து வெச்சது அவ்வளவுதான்…" என்று ராதாவின் கணவன் பதில் உரைக்க "இதுல ஒண்ணும் குறைச்சல் இல்லை. ஆடத்தெரியாத பொண்ணு ஸ்டேஜ் சரி இல்லைன்னு சொன்னாளாம்" என்று சொல்லி விட்டு 'விரிட்' சமையல் அறைக்குள் சென்றுவிடுகிறாள் ராதா…

"கரெக்டா சம்பளம் கொடுத்துறா -
ஐயாவும் அம்மாவும் தங்கமானவா
அப்படியிருக்கும்போது உனக்கு ஏன்டா
இந்த தேவையில்லாத கேள்வியெல்லாம்…
வந்தோமா வேலையை பார்த்தோமான்னு
இருக்கணும்"

கணவனை ஆபிசுக்கு அனுப்பிவிட்டு வைதேகி வீட்டினுள் நுழைய, "இந்த பக்கத்து வீட்டு ராதாவுக்கு இதே வேலையா போச்சு… சார் கிளம்பும்போது இப்படி கண்ணு வைக்கிறாளே - சாயங்காலம் சார் வரட்டும்ன்னு ரெண்டு பேரும் நில்லுங்கோ- நான் உங்க ரெண்டு

பேருக்கும் சேர்த்து திருஷ்டி சுத்தி போடுறேன்" என்று லசுக்ஷ்மி மாமி சொல்ல, லேசாக புன்னகைக்கிறாள் வைதேகி.

இப்படி அக்கம் பக்கத்தினர் என்ன சொல்வார்களோ என்று கூட கவலைப்படாமல் மிகவும் சந்தோஷமாக கிட்டத்தட்ட 35 வருட தாம்பத்தியத்தில் அத்தனை அன்பாக, எல்லோரும் பொறாமைப்படும் வகையில், வாழும் வைதேகியும் ராமனும் அவ்வளவு அன்யோன்யமான தம்பதிகள்...ராமனுக்கு மிகப்பெரிய பிசினஸ்... வீடு, கார், எஸ்டேட் என்று மிக மிக வசதியான வாழ்க்கை ...வருடத்திற்கு இரண்டு முறை காசி ராமேஸ்வரம் என்று உள்ளூர் டூர்... சிங்கப்பூர், மலேசியா என்று வருடத்திற்கு ஒரு முறை வெளிநாட்டு பயணம்.... இப்படி இத்தனை வருடங்களில் அவர்கள் போகாத ஊர்களே கிடையாது....

வீட்டு வேலைகளில் வைதேகி கஷ்டப்படக்கூடாது என்று சமையலுக்கும், மற்ற வீட்டு வேலைகளுக்கும் தனித்தனியே ஆட்கள், சமையல் செய்வதற்கு லசுக்ஷ்மி மாமி இருந்தாலும், வைதேகிக்கு மிகவும் பிடித்த ஒரு விஷயம், ஒவ்வொரு ஞாயிற்றுக்கிழமையும்,

தன் கையாலேயே தன் அன்புக் கணவருக்கு பிடித்த உணவுகளை செய்து கொடுப்பது தான்.... அதற்காக சனிக்கிழமை அன்று தானே மார்கெட்டுக்குச் சென்று, பார்த்துப்பார்த்து பிரஷ்ஷான காய்கறிகளை தன் கையாலேயே பொறுமையாக பார்த்து எடுத்து வாங்கி வருவது வைதேகியின் வழக்கம்......

பழைய டிரைவருக்கு வயதாகி முடியாமல் போக, இதோ ஒரு வருடமாக புது டிரைவர் மணி வந்து கொண்டிருந்தான். திருவான்மியூரில் இருந்து தினமும் காலையில் "டான்" என்று எட்டு மணிக்கெல்லாம் வந்து விடுவான் மணி. காலை டிபன்லிருந்து மதியம் சாப்பாடு, எல்லாமே இங்கேதான்... எதையும் குதர்க்கமாக பார்க்கும் புத்தியும், அந்த வீட்டின் வசதிகளைப் பார்த்து ஒரு அங்கலாய்ப்பும் இருந்தது மணிக்கு.வாய் கொஞ்சம் நீளம் என்றாலும், வேலை செய்வதை சுத்தமாக செய்வான்- அதனாலேயே, மணியை வேலைக்கு வைத்திருந்தார்கள்... லக்ஷ்மி மாமிக்கு யாரும் கிடையாது என்பதால், இங்கேயே தங்கி விட்டாள்... "ஏம்மாமி சனிக்கிழமை அம்மாவே மார்கெட்டுக்கு போயி பார்த்து பார்த்து காய்கறி வாங்கறாங்களே - மத்த நாளெல்லாம் அப்படி செய்யறது இல்லையே - சமயத்தில நீங்க கூட வரீங்க" என்று டிபன் சாப்பிட்டபடியே அசால்டாக டிரைவர் மணி கேட்க... "கரெக்டா சம்பளம் கொடுத்துறா - ரெண்டு பேரும் தங்கமானவா - அப்படியிருக்கும்போது உனக்கு ஏன்டா இந்த தேவையில்லாத கேள்வியெல்லாம் ...வந்தோமா வேலையை பார்த்தோமான்னு இருக்கணும்" என்று லக்ஷ்மி மாமி அதட்ட, சைலண்டாக சாப்பிட்டு விட்டு கிளம்பினான் மணி.

ரேஸ் பைக்...!

டிரைவர் மணிக்கு ரொம்ப நாளாக ஒரு பைக் வாங்க வேண்டும் என்ற ஆசை இருந்தது - 100000 ரூபாய்க்கு ஒரு செகண்ட் ஹேண்ட் hi-fi ரேஸ் பைக் விலைக்கு வர, 'பைக் க்ரேஸ்' கொண்ட மணியின் மனதில், எப்படியாவது அதை வாங்கிவிட வேண்டும் என்று எண்ணம் ஓடிக்கொண்டே இருந்தது. அதை அவன் தன் வீட்டில் சொன்ன போது, 'நம்ம நிலைமைக்கு இதெல்லாம் தேவையா?' என்ற பதில்தான் கிடைத்தது... ஆனாலும் ஆசை யாரை விட்டது - தன்னிடமிருந்த ஐயாயிரம் ரூபாயை அட்வான்ஸாக கொடுத்துவிட்டு 'மீதியை எப்படியாவது புரட்டி கொடுத்துடறேன்' என்று சொல்லி வைத்திருந்தான் மணி...

அன்று ஷாப்பிங் போவதற்காக டிரைவர் மணியை அழைத்துக்கொண்டு "லக்ஷ்மி மாமி நான் லஞ்சுக்கு வீட்டுக்கு வந்துடுடறேன்" என்று சொல்லிவிட்டு வைதேகி கிளம்புகிறாள்....

ஒரு பிரபலமான துணிக்கடையில் தனக்கு வேண்டிய புடவைகளை வாங்கிய வைதேகி, பில்லிங் கவுண்டரில் சேல்ஸ் கேர்ளிடம் தன்னுடைய டெபிட் கார்டை தர, சரியான நேரத்தில் அது மக்கர் பண்ணிவிட, கிட்டத்தட்ட 18000 ரூபாய்க்கு புடவைகள் வாங்கிய வைதேகி செய்வதறியாது, "இந்தப் புடவைகள் எல்லாம் அப்படியே இருக்கட்டும் -நான் பக்கத்துல இருக்குற ஏடிஎம்முக்கு போய்ட்டு வந்தர்றேன்" என்று பதட்டத்துடன் வைதேகி சொல்ல, "ஏம்மா! நீங்க இந்த வேகாத வெயில்லஅவதி படணும்... என்கிட்ட கார்டை கொடுங்க - பின் நம்பரையும் சொல்லுங்க... நான் போய் பணம் எடுத்துட்டு வரேன்- நீங்க கடையிலேயே ஏசில உட்கார்ந்து வெயிட் பண்ணுங்க - அஞ்சு நிமிஷத்துல வந்துடுவேன்" என்று மணி சொல்லவும், ரொம்பவும் டயர்டாக இருந்த வைதேகி 'அப்படியே பின் நம்பர் தெரிஞ்சா தான் என்ன – உடனே மாத்திட்டா போகுது' என்று எண்ணி, தன்னுடைய பின் நம்பரையும், கார்டையும் அந்த டிரைவரிடம் கொடுத்து அனுப்புகிறாள். வைதேகியின் போனில் இரண்டு முறை 20000 ரூபாய் எடுத்ததாக இரண்டு மெசேஜ்கள் வருகிறது- சற்று டென்ஷனான வைதேகி உடனே டிரைவர் மணிக்கு போன் செய்ய, போனை எடுத்த மணி " அம்மா, முதல் வாட்டி பணம் எடுக்க முயற்சி பண்ணப்போ பணம் வரல - அதனால மறுபடியும் ட்ரை பண்ணி பணம் எடுத்தேன்... 5 மினிட்ஸ்ல வந்துடுவேன்... மெசேஜ் தவறா 2 முறை வந்திருக்கலாம்... நீங்க பேங்க் கூட செக் பண்ணி பார்த்துக்கோங்க மா..." என்று 20 ஆயிரம்

ரூபாயை சொன்ன ஐந்தே நிமிடத்தில் கொண்டுவந்து மணி பணத்தை கொடுக்க, அதை அப்படியே நம்பி விடுகிறாள் வைதேகி... வீட்டிற்கு வந்தவுடன் வங்கியுடன் தொடர்புகொண்டு கேட்டபோது, " செக் செய்து சொல்கிறோம்" என்று கூறிவிட்டனர்...

> "ஒரு வருஷமா நம்பிக்கையா தானே வேலை செஞ்சுட்டு இருந்தான் ... திடீர்னு இப்படி பண்ணுவான்னு யாருக்கு தெரியும்... அந்த டிரைவரை எங்கே போய் தேடுறது திருவான்மியூரில் இருக்கான்னு கேள்வி ... இதுக்குதான் வேலைக்கு சேரும்போதே அட்ரஸ் ப்ரூப் வாங்கி வச்சுக்கோங்கன்னு அப்பவே சொன்னேன்..."

அடுத்த நாளிலிருந்து அந்த டிரைவரும் வீட்டிற்கு வருவதே இல்லை ...வைதேகிக்கு ஒரே கவலையாகிவிடுகிறது... இரண்டு நாளில் வங்கியில் இருந்து எடுத்தது 40,000 ரூபாய் தான் என்று தெரியவர, 'தான் ஏமாந்து போய் விட்டோமே' என்று மேலும் வைதேகி கவலைப்பட, "ஒரு வருஷமா நம்பிக்கையா தானே வேலை செஞ்சுட்டு இருந்தான்- திடீர்னு இப்படி பண்ணுவான்னு யாருக்கு தெரியும்... அந்த டிரைவரை எங்கே போய் தேடுறது ? திருவான்மியூரில்

இருக்கான்னு கேள்வி... இதுக்குதான் வேலைக்கு சேரும்போதே அட்ரஸ் ப்ரூப் வாங்கிவச்சுக்கோங்கன்னு அப்பவே சொன்னேன்" என்று புலம்பிக் கொண்டிருக்க, ராமன், "அப்படி பார்த்தா உன்னோட ஏடிஎம் கார்டை உன்னை யார் அவன்கிட்ட கொடுக்க சொன்னது... எப்ப பாத்தாலும் என்னையே தப்பு சொல்லு... உனக்குன்னு ஒரு யோசனையே கிடையாதா ..."என்று லஞ்ச் எடுத்துக் கொள்ளாமலேயே விருட்டென்று கோபத்துடன் ராமன் கிளம்ப, "ஏன்னா என் மேல இருக்குற கோவத்தை லஞ்ச் மேலே காட்டாதீங்கோ" என்று பின்னாலேயே ஓடி வந்த வைதேகியை ஒன்றும் தேவையில்லை என்பது போல முறைத்து விட்டு காரை எடுத்துக்கொண்டு ஆபிசுக்கு சென்றுவிடுகிறார் ராமன்.

அதையே நினைத்துக் கொண்டிருந்து, " மாமி தப்பு என் பேருலதான்... அவர்கிட்ட அப்படி கோவிச்சிண்டது என் தப்பு தான்....அதனால நானே லஞ்ச் எடுத்துண்டு ஆபிசுக்கு போயிட்டு வரேன்..."என்று ஒரு 12 மணி வாக்கில் சாப்பாட்டை பேக் செய்து கொண்டு கிளம்பிய வைதேகியை, பார்த்து "நீங்க ஒரு சின்ன குழந்தை மாதிரி - உங்க மனசு யாருக்கு வரும்..."என்கிறாள் லசஷ்மி மாமி.

ஷேர் பண்ணி சாப்பிடுவோம்…!

சாப்பாட்டை எடுத்துக்கொண்டு வேகாத வெயிலில் வைதேகி ஆபீசுக்கு சரியாக பன்னிரண்டே முக்கால் மணிக்கு வந்து சேர, ஆபீஸ் லிப்ட் வேலை செய்யாமல் இருக்க, 'பொங்கு பொங்கு' என்று இரண்டு மாடிகள் மூச்சிறைக்க ஏறி, வேர்த்து விறுவிறுக்க வைதேகி வருகிறாள். அவள் வருவதை கண்ட ராமன், "எனக்கு தெரியும் என் வைதேகி சாப்பாடு எடுத்துண்டு நிச்சயம் வருவான்னு … லிப்ட் வேலை செய்யலையே… இரண்டு மாடி ஏறியா வந்த…? நீ சாட்டியா வைதேகி" என்று கேட்க 'இல்லை' என்பது போல் அவள் தலையாட்ட… "நான் சாப்பிடாம நீ சாட்டிருக்க மாட்டன்னு எனக்கு தெரியும் - சரி பரவாயில்ல, ரெண்டு பேரும் ஷேர் பண்ணி சாப்பிடுவோம்….டிரைவர் பிரச்சனையை பத்தி திருப்பி திருப்பி மனசுல போட்டு உழப்பிக்க வேண்டாம்…… கார்ல வரும்போது உன்ன ஏதாவது பண்ணிட்டு, நகைகளையும் எடுத்துண்டு, காரோட

அவன் அப்படியே போயிருந்தான்னா ...நினைச்சுப் பார்க்கவே எனக்கு நடுங்கறது...! நீ பத்திரமா ஆத்துக்கு வந்து சேந்ததே பெரிய விஷயம்... அதனால 20 ஆயிரத்தோட போச்சேன்னு நிம்மதியா இரு ...

சரி, இதெல்லாம் விடு, உனக்கு ஒரு சர்ப்ரைஸ்... நாளைக்கு சினிமாவுக்கு போறதுக்கு ரெண்டு பேருக்கும் டிக்கெட் ரிசர்வு பண்ணிட்டேன்... புதுசா வந்திருக்கிற பேய் படத்துக்கு போகணும்னு சொல்லிண்டே இருந்தியே ...இப்போதிலிருந்தே சினிமா போறத நெனச்சு ஹாப்பியா இரு... மறுபடியும் சொல்றேன், இதோட இத விடு... சரியா" என்கிறார் ராமன்.... "மனசு சரியில்லன்னா ... இன்னைக்கு ஒரு நாளைக்கு உங்க வேலை எல்லாம் மூட்டை கட்டி வச்சிட்டு வாங்களேன்- அப்படியே ஒரு ரவுண்டு போயிட்டு வரலாம்" என்று வைதேகி சற்றே கெஞ்சும் குரலில் கேட்க, "என் மகராணி உத்தரவை மீற முடியுமா... இப்பவே எல்லாத்தையும் மூட்டை கட்டி வச்சிட்டு வரேன், ரெண்டு பேரும் ஒரு லாங் டிரைவ் போயிட்டு வரலாம்..."என்று ராமன் சொல்ல, இருவரும் ஆபீசை விட்டு கிளம்புகின்றனர்...

'அடுத்த பாடல் "தீர்க்க சுமங்கலி" படத்தில் வாணி ஜெயராமின் இனிய குரலில் "மல்லிகை என் மன்னன் மயங்கும்" பாடல் என்று நிகழ்ச்சி அறிவிப்பாளர் சொல்ல, அந்தப்பாடல் வரும்போது, "வைதேகி இந்த பாட்டு எனக்கு அவ்ளோ பிடிக்கும்... இந்த பாட்டு கேட்கும்போதெல்லாம் நான் சின்ன வயசுல பார்த்த அந்த படம் எனக்கு ஞாபகத்துக்கு வரும் நீ வேற பார்க்கிறதுக்கு அப்படியே கேஆர்விஜயா மாதிரியே இருக்கியா..." என்று ராமன் சொல்ல, சற்றே வெட்கத்துடன் சிரிக்கிறாள் வைதேகி....

லேசாக மழை தூறிக்கொண்டிருந்தது ஈசிஆர் ரோட்டில்... அவ்வளவாக ட்ராபிக் இல்லாமல் இருக்க, 'ஹை ஸ்பீடில்' ராமன் அந்த ஆட்டோமேட்டிக் பென்ஸ் காரில் பறக்கிறார் ராமன்...

ஆல் இந்தியா ரேடியோவின் எப்எம் அலைவரிசையை வைதேகி வைக்க, "ஓல்ட் இஸ் கோல்ட்" எனும் பழைய திரைப்பட பாடல்கள் நிகழ்ச்சி... 'அடுத்த பாடல் "தீர்க்க சுமங்கலி" படத்தில் வாணி ஜெயராமின் இனிய குரலில் "மல்லிகை என் மன்னன் மயங்கும்" பாடல் என்று நிகழ்ச்சி அறிவிப்பாளர் சொல்ல, அந்தப்பாடல் வரும்போது, "வைதேகி இந்த பாட்டு எனக்கு அவ்ளோ பிடிக்கும்

- இந்த பாட்டு கேட்கும்போதெல்லாம் நான் சின்ன வயசுல பார்த்த அந்த படம் எனக்கு ஞாபகத்துக்கு வரும் ...நீ வேற பார்க்கிறதுக்கு அப்படியே கேஆர்விஜயா மாதிரியே இருக்கியா...” என்று ராமன் சொல்ல, சற்றே வெட்கத்துடன் சிரிக்கிறாள் வைதேகி ....மகாபலிபுரம் வரை சென்று அந்த இயற்கை அழகை எல்லாம் ரசித்து, திரும்பி வரும் வழியில், திருவான்மியூர் மருந்தீஸ்வரர் கோவிலுக்கும் அப்படியே அடையார் பத்மநாபசுவாமி கோவிலுக்கும் செல்கின்றனர்...

மருந்தீஸ்வரர் கோவிலுக்கு செல்லும் அவர்கள், கோவிலை சுற்றி வர, SPB யின் லிங்காஷ்டகம் பாடல் ஒலித்துக்கொண்டு கொண்டிருக்கிறது... “எவ்வளவு நாளாச்சு இந்த கோயிலுக்கு வந்து... மனசுக்கு ரொம்ப சந்தோஷமா இருக்கு.... இந்த கோயில் பிராகாரத்தை சுத்திண்டிருக்கும்போது, எனக்கு ரொம்ப பிடிச்ச

எஸ்பிபியோட லிங்காஷ்டகம் கேக்குறதுக்கு அவ்ளோ ரம்யமா இருக்குன்னா .....ரொம்ப நாள் கழிச்சு இன்னைக்கு தான் எனக்காக ஒரு உருப்படியான காரியம் பண்ணி இருக்கீங்கோ..." என்று வைதேகி சொல்ல.... "அப்பா மருந்தீஸ்வரா உன்னால தான் இந்த பாராட்டலாம் எனக்கு கிடைக்கிறது - உன்னை ஆயிரம் தடவ சேவிக்கிறேன்" என்று ராமன் கிண்டல் பண்ண, "கோவிலில்ல கூடவா கேலியும் கிண்டலும்- சரி சரி அடையார் பத்மநாபஸ்வாமி கோவிலுக்கு போயிட்டு போலாம் வாங்கோ" என்று சற்றே பொய்க் கோபத்துடன் வைதேகி சொல்ல, இருவரும் கிளம்புகின்றனர்.

அடையார் பத்மநாபசுவாமி கோவிலில் பெருமாளைச் தரிசித்த பிறகு, வெளியில் பேசிக்கொண்டே வந்து காரில் ஏறுகின்றனர் இருவரும்... "ஏன்னா - பெருமாள திருப்தியா சேவிச்சாச்சு - மனசுக்கு அத்தனை சந்தோஷமா இருக்கு... என்ன ஒரு மூர்த்திகரம் பாத்தீங்களான்னா..." என்று வைதேகி சிலாகிக்க, "பின்ன - பெருமாள என்னான்னு நெனச்ச... வாட்டர் பெட் உடம்புக்கு நல்லதுன்னு இந்த உலகத்துக்கே உணர்த்தினவர் சாட்சாத் அந்த பெருமாள் தான்" என்று ராமன் கூற... "என்ன சொல்றீங்கோ" என்று சட்டென்று புரியாமல் வைதேகி கேட்க, "புரியல — பெருமாள் எதுல சயனச்சிண்டிருக்கார் -அந்த பாற்கடலில் தானே?" என்று ராமன் சொல்ல, "உங்களுக்குன்னு இதெல்லாம் எப்படிதான் தோன்றதோ?" என்கிறாள் வைதேகி...

அந்த மதுராந்தகம் ட்ரிப்…!

அன்று சனிக்கிழமை, காலை 6:30 மணிக்கு எழுந்த வைதேகி, "அய்யோ மணி ஆயிடுத்தே - எனக்கு முன்னாடி நீங்க எழுந்து உட்கார்ந்திருக்கீங்களே- ஏன்னா, என்ன கொஞ்சம் எழுப்பக் கூடாதா…." என்று வைதேகி கேட்க… "இப்ப என்ன, நானும் இப்பதான் பல்லு தேச்சுட்டு வந்தேன்…..டிரைவர் மணி பணத்தை எடுத்துண்டு போன கவலையில நீ எப்ப தூங்கினியோ… அதனாலதான் உன்ன எழுப்பலை….நீ போய் பல்லு தேச்சுட்டு வா - ரெண்டு பேரும் சேர்ந்து காபி சாப்பிடுவோம்…"என்று ராமன் சொல்ல, கடகடவென பல் தேய்த்து காபி குடித்து, குளித்து பூஜை முடித்து "நானும் உங்களோடயே டிபன் சாப்பிடறேன்… நாளைக்கு ஞாயிற்றுக்கிழமை ஆச்சே …இன்னைக்கு கோயம்பேடு மார்கெட்டுக்கு போகணும்னு நெனச்சிண்டிருந்தேன் … இந்த மணி தான் இப்படி பண்ணிட்டு போயிட்டானே… ஏன்னா, என்னை கொஞ்சம் மார்கெட்டுல டிராப் பண்ணிட்டு போயிடுங்கோ … நான் திரும்பி வரும்போது ஆட்டோவில் வந்துடறேன்" என்று காலையில் டிபன் சாப்பிட்டு, வைதேகியும் ராமனுடன் கிளம்புகிறாள்…

அதற்கு இரண்டு நாட்கள் முன்பு தான் மழை கொட்டோ கொட்டென்று கொட்டியிருக்க, கோயம்பேடு மார்க்கெட் சற்றே சகதியுடன் இருக்கிறது. 'சொதக் சொதக்' என்று அந்த சேற்றில் எப்படியோ மெதுவாக வைதேகி நடந்து சென்றபோது, வழக்கமாக அவள் வாங்கும் கடையிலிருந்த வியாபாரி, "வாரா வாரம் நீங்கதான் வரீங்க - நேத்து பேஞ்ச மழையில ஒரே சேராய் இருக்கே ...ஏம்மா இந்த சேர்ல நீங்களே வந்து காய்கறி வாங்கணுமா... உங்க வீட்டு லசக்ஷ்மி அம்மாவை அனுப்பிச்சு இருக்கலாம் இல்ல..." என்று கடைக்காரர் அக்கறையுடன் கேட்க, "ஞாயிற்றுக்கிழமை ஆனா எங்க ஆத்துக்காரருக்கு நானே தளிகை பண்ணணும் அப்படின்னு எனக்கு நானே வச்சிண்ட பழக்கம், ரொம்ப வருஷமா ஃபாலோ பண்ணிண்டு வரேன்... அதனாலதான் ஃப்ரெஷ்ஷா கறிகா பார்த்து பார்த்து நானே வாங்கணும்னு வந்தேன்... அதனால இந்த சேர் எல்லாம் எனக்கு ஒரு மேட்டரே இல்லை"என்று சற்றே பெருமை பொங்க வைதேகி சொல்ல, "அம்மா உங்க கணவர் ரொம்ப குடுத்து வச்சவரும்மா" என்று கடைக்காரர் சொல்ல "அது சரி ... நல்ல பிரஷா முருங்கைக்காய், உருளை, பீன்ஸ் அப்புறம் தக்காளி இதெல்லாம் கொடுங்கோ" என்று சொல்ல கடைக்காரரும் ஒவ்வொன்றாக தருகிறார்....

"அந்த ஆக்சிடென்ட் பத்தி மட்டும் பேசாதீங்கோ மாமி - எனக்கு இன்னும் கூட பயமா இருக்கு..."

"இன்னிக்கி இந்த ஆன்ட்டி இல்லன்னு சொன்னா நான் செத்துப்போயிருப்பேன் அம்மா நீ சொல்ல சொல்ல கேட்காம நான்தான் சைக்கிளை அவ்வளவு வேகமாக ஓட்டிக்கொண்டு மெயின் ரோடுக்கு போயிட்டேன்..." என்று தட்டுத்தடுமாறி அந்தப் பையன் சொன்னதைக் கேட்டு, சமாதானப்படுத்த முடியாத அளவில் அப்படி அழுகிறாள் வைதேகி...

ஆட்டோவில் வீட்டிற்கு திரும்பி வந்த வைதேகியின் காய்கறிப் பைகளை வாங்கிக்கொண்ட லக்ஷ்மி மாமி, உள்ளே சென்றுகொண்டே "என்னதான் ஆத்துல அந்தப் பழைய டிரைவர் இருந்த போதும், நீங்களும் ஐம்முனு கார் ஓட்டிண்டு இருந்தவா தானே... ரெண்டு வருஷத்துக்கு முன்னாடி அந்த ஆக்சிடென்ட் மட்டும் நடக்கலைன்னா..." என்று லக்ஷ்மி மாமி சொல்ல "அந்த ஆக்சிடென்ட் பத்தி மட்டும் பேசாதீங்கோ மாமி - எனக்கு இன்னும் கூட பயமா இருக்கு" சொல்லி விட்டு வைதேகி உள்ளே போக.... அன்று நடந்த ஆக்சிடென்ட் பற்றிய நினைவுகள் வந்தது லக்ஷ்மி மாமிக்கு ...

அன்று ராமன் ஆபிஸ் விஷயமாக டெல்லி சென்றுவிட, டிரைவரும் வரவில்லை... வீட்டில் 'Bore' அடித்துக்கொண்டு கொண்டிருந்த வைதேகி, அவள் தோழியையும் லக்ஷ்மி மாமியையும் அழைத்துக்கொண்டு மதுராந்தகம் ராமர் கோவிலுக்கு போகலாம் என்று காரில் கிளம்பினர். ஜிஎஸ்டி ரோடில் வேகமாக கார் போய்க் கொண்டிருந்த சமயம், திடீரென்று டூவீலரில் இரண்டு இளைஞர்கள் பயங்கரமான பேய் ஹாரனுடன் தாண்டிப் போன போது, அதே நேரத்தில் படாளம் கூட் ரோடில் ஒரு சின்ன பையன் சைக்கிளில் திடீரென்று கிராஸ் செய்ய, தவறு அவன் பேரில் தான் என்றாலும், காரில் மோதி அந்தப் பையனுக்கு பயங்கரமான ரத்த சேதம் ஏற்பட, கடகடவென்று வைதேகி துரித வேகத்தில் செயல்பட்டு, அந்த சின்னப் பையனை பக்கத்தில் இருந்த பெரிய மருத்துவமனையில் சேர்த்தாள். அடுத்த பிளைட்டில் ராமனும் சென்னை வந்து, அங்கிருந்து ஹாஸ்பிடலுக்கு வந்து சேர்ந்தார். "ஏன்னா ஏற்கனவே நமக்கு குழந்தை இல்ல - இதுல அநியாயமா அந்தப் பையன்

மேல காரை மோதிட்டேனே... அந்த மதுராந்தகம் ராமர் கடாட்சத்தால அவனுக்கு ஒண்ணும் ஆகாம இருக்கணும்..." என்று புலம்பிக் கொண்டே இருந்த வைதேகியை சமாதான படுத்துவதற்குள் போதும் போதும் என்றாகிவிட்டது.... அவனின் Rare குரூப் ரத்தம் வைதேகியின் ரத்தத்தோடு மேட்சாக, வைதேகி ரத்தம் கொடுத்து காப்பாற்ற, அவன் நல்லபடியாக பிழைத்த பின்னர்தான் வைதேகியை ஒரு நிலையில் பார்க்க முடிந்தது.... அந்த பையன் கண்விழித்து பேசவும் அவனுடைய பெற்றோர்கள் அங்கு வந்து சேரவும் சரியாக இருக்க," இன்னிக்கி இந்த ஆன்ட்டி இல்லன்னா நான் செத்துப்போயிருப்பேன் - அம்மா நீ சொல்ல சொல்ல கேட்காம நான்தான் சைக்கிளை அவ்வளவு வேகமாக ஓட்டிக்கொண்டு மெயின் ரோடுக்கு போயிட்டேன்..." என்று தட்டுத்தடுமாறி அந்தப் பையன் சொன்னதைக் கேட்டு, சமாதானப்படுத்த முடியாத அளவில் அப்படி அழுகிறாள் வைதேகி... அதுவரையில் எக்ஸ்பர்ட் டிரைவராக இருந்த வைதேகி, அத்துடன் தன்னுடைய செல்ப் டிரைவிங்கிற்கு முற்றுப்புள்ளி வைத்து விடுகிறாள்...

ட்ரெயின் ஆக்சிடென்ட்...!

அன்று மாலை வைதேகி, ராமன் சொன்னதுபோல சினிமா போவதற்காக தயாராக இருக்கிறாள்... ராமன் வந்தவுடன் இருவரும் புதிதாக வந்திருந்த சினிமாவிற்கு இருவரும் கிளம்ப "இன்னைக்கு நைட்டு உங்களுக்கு மட்டும் ஏதாவது பண்ணிக்கோங்க.... நானும் வைதேகிவும் வெளியவே சாட்டுட்டு வந்துடறோம்" என்று சமையற்கார மாமியிடம் சொல்லிவிட்டு கிளம்புகின்றனர்....

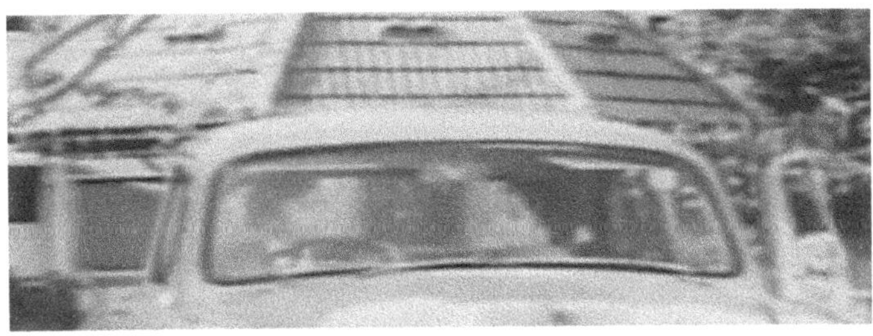

சினிமா சுமாராக இருக்க, "என்ன சினிமாவுக்கு கூட்டிண்டு வந்தீங்களோ ...ரொம்ப Bore... இதுல திகில் படம் - அப்படி பயப்பட போற அப்படின்னு பெரிய பில்டப் வேற" என்று வைதேகி சலித்துக்கொள்ள, "நான் என்னமோ இந்த படத்தை எடுத்த மாதிரி என்ன குத்தம் சொல்ற.... நான் என்ன பண்றது பிரமாதமா ரிவ்யூ போட்டு இருந்தா - அததான் சொன்னேன்...உனக்கு அந்த படத்தை பார்த்து கொஞ்சம் கூட பயம் வரல...?" என்று ராமன் கேட்க, "ரொம்ப பயமா இருந்தது..." என்று வைதேகி சொல்ல, "எப்போ?" என்று ஆர்வத்துடன் ராமன் கேட்க, "படம் முடியும்போது 'இதோட செகண்ட் பார்ட் விரைவில்'ன்னு வந்ததே அப்போ..." என்று வைதேகி சொல்ல... "நீ இருக்கியே..." என்று ராமன் விரல்களை மடக்கி அவள் மேல் கையில் செல்லமாக குத்தி... "சரி இப்ப பாரு - இன்னைக்கி சூப்பர் டின்னர் கொடுக்க போறேன் பாரு" என்று ஒரு பெரிய ஹோட்டலுக்கு செல்ல,அங்கும் ஏமாற்றம்தான்... "போங்கோ.. டின்னரும் ரொம்ப சுமார்தான்... கேட்டா நானா பண்ணேன்ன்னு சொல்லப்போறீங்கோ... நம்ம மாமி எவ்வளவு நன்னா தளிகை பண்ணிருப்பா ... இப்படி ஒரு சுமாரான சாப்பாட்டுக்கு இவ்வளவு விலை கொடுத்துட்டு வந்திருக்கோம்.... சினிமா வேற படு போர்...." என்று அங்கலாய்த்து கொண்டே வந்த வைதேகியின் மூடை மாற்ற..." ஏற்கனவே தலைவலி நீ வேற - திருப்பித் திருப்பி சொன்னதையே சொல்லாதே .... நாளைக்கு சண்டே ஸ்பெஷல் - உன் கையால நீ என்ன தளிகை பண்ணப் போற - அத சொல்லு எனக்கு..." என்று பேச்சை மாற்றி வைதேகியின் ஆர்வத்தை

தூண்ட… "நாளைக்கு உங்களுக்கு ரொம்ப பிடிச்ச உருளைக்கிழங்கு ரோஸ்ட், அப்புறம் நான் யூடியூபில் இருந்து கத்துண்ட வித்யாசமான முருங்கைக்காய் மிளகு குழம்பு…." என்று அழகாக விவரிக்க…. "என்னது யூடியூப்ல பார்த்து கத்துண்டயா…. நான் என்ன டெஸ்ட் பண்றதுக்கு எலியா…. சரி சரி முறைக்காதே …முருங்கைக்காய் மிளகு குழம்பா ….பேர கேக்கும்போதே அவ்ளோ நன்னா இருக்கே …. அதோட உருளைக்கிழங்கு ரோஸ்ட் வேறயா…. அப்போ நாளைக்கு செமத்தியா ஒரு பிடி பிடிச்சிட்டு, ஒரு குட்டித் தூக்கமும் போட்ற வேண்டியதுதான்…." என்று பேசிக்கொண்டிருந்தபோதே வீட்டினுள் கார் நுழையவும், கடிகாரம் பதினோரு முறை அடிக்கவும் சரியாக இருந்தது…. படம் பார்த்துவிட்டு வந்த அசதியில் இருவரும் உடனே தூங்குவதற்கு சென்றுவிடுகின்றனர்….

வைதேகி எப்பொழுதும் போட்டுக்கொண்டிருக்கும் அவளுடைய கையிலிருந்த, இவர் வாங்கி கொடுத்த அந்தப் பச்சை கல் மோதிரத்தை வைத்து, அவள் இறந்து விட்டாள் என்று தெரிந்த ராமன், நெஞ்சு வெடித்து விடும் அளவிற்கு தாங்க முடியாமல் அழுகிறார்…

இரண்டு நாள் கழித்து வைதேகியின் தோழியின் மகளின் திருமணம் …திருமணத்திற்காக ராமன் வர

முடியாத காரணத்தினால், தனியாகவே ரயிலில் பயணம் செய்கிறாள் வைதேகி. "லட்சுமியோட பொண்ணு கல்யாணத்துக்கு, அவ அவ்வளவு தூரம் கட்டாயம் வரணும்னு சொல்லிண்டே இருந்தா... நீங்க என்னடானா, எனக்கு வேலை இருக்கு அப்படின்னு, எனக்கு மாத்திரம் 'தட்கலில்' டிக்கெட் புக் பண்ணி கொடுத்துட்டிங்கோ... இப்ப என்னடான்னா என்ன தனியா அனுப்புறதக்கு மனசு கேக்கல... ரெண்டு நாள்ல திரும்பி வர்றதுக்கு எதுக்கு இப்படி கண்கலங்கிண்டு... பேசாம நா வேணா போகல" என்று வைதேகியும் கண்கலங்க, "இல்ல இல்ல நீ போய்ட்டு வா...இங்க இருக்கிற திருச்சி தானே - ரெண்டு நாள்ல வந்துடப் போற..." என்று ராமன் சொல்லி வழி அனுப்புகிறார்... "காத்தால ஊருக்கு போன உடனேயே உங்களுக்கு போன் பண்றேன்" என்று வைதேகி சொல்ல, ட்ரெயின் கிளம்புகிறது.

தூக்கம் வரவில்லை என்று இரவு டீவியை ராமன் போட, வைதேகி பயணம் செய்த அந்த ரயில் விபத்துக்குள்ளான செய்தி கேட்டு, ஒன்றும் புரியாமல் தறிகெட்டு ரயில்வே ஸ்டேஷனை நோக்கி ஓடுகிறார். போகும் வழியெல்லாம் வைதேகிக்கு ஒன்றும் ஆகியிருக்க கூடாது என்று இறைவனை பிரார்த்தனை செய்துகொண்டே போகிறார்... அங்கிருந்து சரியாக விவரம் கிடைக்காமல், விபத்து நடந்த இடத்தை பற்றி கேட்டுக்கொண்டு டாக்ஸியில் விரைகிறார் ...அங்கு அழுகையும் ஓலமும் கேட்டுக்கொண்டிருக்க, வைதேகி பிரயாணம் செய்த பெட்டியில் சிதைந்துபோன உடல்கள் இடையே, வைதேகி எப்பொழுதும் போட்டுக்கொண்டிருக்கும் அவளுடைய கையிலிருந்த,

இவர் வாங்கி கொடுத்த அந்தப் பச்சை கல் மோதிரத்தை வைத்து, அவள் இறந்து விட்டாள் என்று தெரிந்த ராமன், நெஞ்சு வெடித்து விடும் அளவிற்கு தாங்க முடியாமல் அழுகிறார்... இவர் சென்ற டேக்சி டிரைவர், பக்கத்தில் இருந்தவர்களின் துணையோடு எப்படியோ சமாதானம் செய்து அவர் பர்சில் இருந்த அட்ரசை வைத்து வீட்டில் கொண்டு வந்து விடுகின்றார் ...

"உன்ன பிரிஞ்சு நான் எப்படி இருக்க போறேன்...!"

ஒரு வாரம் ஆகியும், சரியாக ஒன்றுமே சாப்பிடாமல் அப்படியே கிடந்த ராமனை, லசஷ்மி மாமி ஒரு டம்ளர் பாலுடன் வந்து எழுப்ப, "என்னோட மனசு சரியில்ல நான் தனியா இருக்கணும்னு நினைக்கிறேன்... ப்ளீஸ் என்னை டிஸ்டர்ப் பண்ணாதீங்கோ ..."என்று தரையில் படுத்தவர், பழைய நினைவுகளில் அப்படியே மூழ்கிப் போனார்...

35 வருடத்திற்கு முன், வைதேகி திருமணமாகி புகுந்த வீட்டிற்கு புதிதாக வந்தபோது, இத்தனை அழகான பெண் தன் ஒரே மகனுக்கு மனைவியாக கிடைத்ததை நினைத்து நினைத்து மகிழ்ந்து போயினர் ராமனின் பெற்றோர்... அத்தனை அழகாக இருந்த வைதேகி, அழகில் மட்டுமல்ல குணத்திலும் சிறந்தவளாக அமைந்ததை நினைத்து எல்லோருக்குமே மகிழ்ச்சி.... "எவ்வளவு அழகா இருக்கா இல்ல வைதேகி" என்று அனைவரும் சிலாகித்த போது, ராமனுக்கு மட்டுமல்ல அவருடைய பெற்றோருக்கும் அத்தனை பெருமிதம்...

இத்தனைக்கும் வைதேகிக்கும், ராமனுக்கும், வயது வித்தியாசம் ஒரே மாதம்தான்... ராமனும் அப்பொழுதுதான் கிராஜுவேஷன் முடித்து தந்தையின் பிசினசை உடனிருந்து கவனிக்க ஆரம்பித்த நேரம்...

"நாம பெருசா பொண்ணு தேடாம, இவ்வளவு சீக்கிரம் ராமனுக்கு, இவ்வளவு பொருத்தமா வைதேகி வந்து அமைஞ்சது பெருமாளோட கடாட்சம் தான் .... நம்மளும் ரொம்பநாளா பத்ரிநாத்கேதார்நாத் போயிட்டு வரணும்னு சொல்லிண்டிருந்தோம் இல்லையா –

39

சின்னஞ் சிறுசுகளும் இப்ப தனியா இருந்தா நல்லதுதான் ஒத்தர ஒத்தர் நன்னா புரிஞ்சுப்பா" என்று என்று சொல்லிவிட்டு ராமனின் பெற்றோர் கிளம்பினர் .... ஒரு வாரம் கழித்து அங்கிருந்து போன் "வைதேகி! பத்ரிநாதரை பிரமாதமா சேவிச்சோம்மா ....ராமன் ஆபீஸ் கிளம்பிட்டானா...அவனை ஜாக்கிரதையா பார்த்துக்கோம்மா" என்பதுதான் அவர்கள் பேசிய கடைசி வார்த்தைகள் ... அங்கு திடீரென ஏற்பட்ட வெள்ளத்தில் அவர்கள் சிக்கி இறந்துவிட, அவ்வளவு சின்ன வயதில் தன்னுடைய தாய் தந்தையரை ஒரே நேரத்தில் இழந்த ராமன் நிலைகுலைந்து போக, கொஞ்சம் கொஞ்சமாக அவனை தேற்ற தாயும் தந்தையுமாக இருந்தவள் வைதேகி தான்....

இப்படியே இரண்டு வருடங்கள் சென்றுவிட, அப்பொழுது கல்லூரிப் படிப்பை முடித்திருந்த வைதேகியின் தங்கைக்கு, வரன் தேடும் படலத்தில் ஈடுபட்டிருந்த வைதேகியின் பெற்றோர். ஒரு அருமையான அயல்நாட்டு வரன் அமையும் போல இருக்க, அத்தனை சந்தோஷமாக இருந்தது... உடனே வைதேகிக்கு போன் செய்து, "உன் தங்கை சுதாவுக்கு ஒரு நல்ல வரன் ஒண்ணு வந்திருக்கு- பொருத்தமா இருக்கு... மாப்பிள்ளை பையன் ஸ்விட்சர்லாந்தில் பெரிய டாக்டரா இருக்கார்.. பொண்ணு போட்டோ பாத்துட்டு அவருக்கு ரொம்ப பிடிச்சு போச்சு ... பிள்ளையாண்டான் நம்ம உறவுக்கார பையன் தான் அப்படின்றதனால, எங்களுக்கு திருப்தியா இருக்கு... மாப்பிள்ளை பையனுக்கு லீவு அவ்வளவா கிடைக்காது - அதனால, ஒரு மாசத்துல இங்க வந்த உடனேயே நிச்சயதார்த்தம், கல்யாணம்

இரண்டையும் ஒண்ணா வச்சுக்கலாம் அப்படின்னு சொல்லிட்டா ...வைதேகி நம்ம மாப்பிள்ளைகிட்டயும் நீ ஒரு வார்த்தை கேட்டுட்டு சொல்லு ...நான் உனக்கு மாப்பிள்ளை பையன் டீடெய்ல்ஸ் அனுப்பி வைக்கிறேன்" என்று வைதேகியின் தந்தை சொல்ல, ராமனும் அவருக்கு தெரிந்த வட்டாரத்தில் விசாரித்து பையன் நல்ல மாதிரி தான் என்று இரண்டே நாளில் பதில் சொல்ல, மளமளவென கல்யாண வேலைகள் நடைபெற்று திருமணமாகி சுதாவும் சுவிட்சர்லாந்திற்கு சென்றுவிட்டாள்....

வைதேகியின் தங்கை சுதா கர்ப்பமாக, பிரசவத்திற்கு இங்கிருந்து பெற்றோர்கள் வரலாமா என்று கேட்க, மாப்பிள்ளையின் பெற்றோரும் இதற்கு போட்டிபோட, "அம்மா உம் மாப்பிள்ளை இங்க வீடு வாங்கப்போறார் - அதுக்கு அவா அப்பா நிலத்தை வித்து பணம் கொடுக்கப் போறார்.... அதனால அவா வர்ரதுதான் நியாயம்" என்று பணத்தை அடிப்படையாக உறவுகளை சுதா தரம் பிரிக்க "எங்களுக்கும் அந்த கிளைமேட் ஒத்துவராது - குளிர் தாங்க முடியாது" என்று வைதேகியின் அம்மா மனதை கல்லாக்கிக் கொண்டு கூற, உறவும் கொஞ்சம் கொஞ்சமாக விலக ஆரம்பித்தது...

வைதேகியின் ஒரே தங்கையும் அயல்நாட்டிற்கு சென்ற பிறகு,ராமன், "எதுக்கு உங்க அப்பா அம்மா ரெண்டு பேர் மட்டும் ஊர்ல தனியா இருந்துண்டு கஷ்டப்படணும்... இங்கே நம்ம கூடவே வந்து இருந்தா அவாளுக்கும் நல்லது - நமக்கும் ஒரு துணையா இருக்கும்" என்று ராமன் சொல்ல... மாப்பிள்ளையின் அன்புக் கட்டளைக்கு இணங்கி, வைதேகியின் பெற்றோரும் இங்கேயே வந்து விட்டனர்...

வைதேகியின் தங்கை சுதா கர்ப்பமாக, பிரசவத்திற்கு இங்கிருந்து பெற்றோர்கள் வரலாமா என்று கேட்க, மாப்பிள்ளையின் பெற்றோரும் இதற்கு போட்டிபோட, "அம்மா உம் மாப்பிள்ளை இங்க வீடு வாங்கப்போறார் - அதுக்கு அவா அப்பா நிலத்தை வித்து பணம் கொடுக்கப் போறார்.... அதனால அவா வர்ரதுதான் நியாயம்" என்று பணத்தை அடிப்படையாக உறவுகளை சுதா தரம் பிரிக்க "எங்களுக்கும் அந்த கிளைமேட் ஒத்துவராது - குளிர் தாங்க முடியாது" என்று வைதேகியின் அம்மா மனதை கல்லாக்கிக் கொண்டு கூற, உறவும் கொஞ்சம் கொஞ்சமாக விலக ஆரம்பித்தது...

தாங்கமுடியாத ஏச்சுக்களும் பேச்சுக்களும்...!

"அவ்வளவு கறாரா பேசின சுதாவுக்கு குழந்தை பிறந்து இப்ப ரெண்டு வருஷம் ஆயிடுத்து .... நம்ம வைதேகி எவ்வளவு தங்கமானவோ- அவளுக்கு வயத்துல ஒரு புழு பூச்சி உண்டாகலையே.... ஏம்மா வைதேகி, உனக்கு கல்யாணமாகி ஆறு வருஷம் ஆயிடுத்து இல்ல ...உன் தங்கைக்கு குழந்தை பிறந்தப்போ கூட அவ எங்கேயோ இருக்கறதுனால எங்களால போக கூட முடியல... குழந்தையோட போட்டோவை பார்த்ததோட சரி... உனக்கு ஒரு குழந்தை பிறந்தா அதை தூக்கி வெச்சு கொஞ்சலாம்ன்னு நெனச்சா, அந்த ஆண்டவன் கண்ணை திறக்க மாட்டேன்கிறானே...." என்று வைதேகியின் பெற்றோர் குறைப்பட்டுக் கொண்டே, குழந்தைக்காக அவர்களும் பல பரிகாரங்களை சொல்லச் சொல்ல, அவர்கள் சொல்லிய எல்லாப் பரிகாரங்களையும் ஒன்றுவிடாமல் செய்கிறார்கள் வைதேகியும், ராமனும். இவர்கள் எல்லாப் பரிகாரங்களையும் செய்தும், மேலும் வருடங்கள் போனதுதான் மிச்சமே தவிர - மற்றபடி ஒரு பலனும் இல்லை....

"ஏன்னா, அந்த சாமியார் சொன்ன பரிகாரம் ரொம்ப சக்தி வாய்ந்தது - இந்த வாட்டி அஞ்சு நாள் தள்ளிப் போய் இருக்கு" என்று சந்தோஷம் பொங்க வைதேகி சொன்னபோது, ராமனுக்கும் உள்ளூர மகிழ்ச்சிதான் ... ஆனால் அடுத்த நாளே அது இல்லாமல் போகும்போது மனம் சுக்கு நூறாக ஆகியது வைதேகிக்கு...

ஒவ்வொரு முறை ஒரு பரிகாரம் - அந்த முறை சில நாட்கள் தள்ளிப் போகும்போது மிகவும் சந்தோஷப்படும் வைதேகி, அடுத்த சில நாட்களில் அது இல்லாமல் போகும்போது ஏற்படும் அவளின் மனவேதனை சொல்லில் அடங்காது... இந்த விஷயத்தைப் பொறுத்த

வரையில், ராமனுக்கு ஏமாற்றம் ஏற்பட்டாலும் - இந்த தருணங்களில் ஒரு ஆணை விட பெண்ணுக்கு ஏற்படும் சங்கடங்கள் மிக மிக அதிகம்...!

கொஞ்சம் கொஞ்சமாக அக்கம்பக்கத்து வீட்டிலுள்ளவர்கள் வைதேகியை வேறுவிதமாக நடத்த ஆரம்பித்தனர்....புதிதாக குடி வந்திருந்த ஒரு வயதான அம்மாவின் மகள் சீமந்தத்திற்கு வைதேகியையும் அழைத்தபோது, மிகவும் சந்தோஷமாக வைதேகி வர, "ஐயோ இவளையா கூப்பிட்ட - உனக்கு பிறக்கப்போகும் முதல் பேரனோ, பேத்தியோ நல்லா இருக்க வேண்டாம் - அவளுக்கு கல்யாணம் ஆகி இத்தனை வருஷம் ஆச்சு இன்னும் குழந்தை இல்லை... உம் பொண்ணுக்கு கல்யாணம் பண்ணி, கணக்கு வச்சா மாதிரி பத்தாவது மாசமே குழந்தை பிறக்க போகுது - அவ கண்ணு படாது" என்று வைதேகி காதுபடவே பேச்சுக்கள் அடிபட, தாங்க முடியவில்லை வைதேகியால்...

அழுதுகொண்டே வந்த வைதேகியை தேற்ற அவளின் அம்மா, "இந்த ஊரிலேயே பெஸ்ட் டாக்டர் அப்படின்னு இப்பதான் டிவியில பார்த்தேன் - கல்யாணம் ஆகி முப்பது வருஷம் ஆன தம்பதிகளுக்கே அவாகிட்ட போனதனால அழகான ஒரு குழந்தை பிறந்திருக்கு- மனச தளர விடாதே உனக்கும் கட்டாயம் பொறக்கும் ...உடனே அவாகிட்ட அப்பாயிண்ட்மெண்ட் வாங்கிண்டு ரெண்டு பேரும் நாளைக்கே போய்ட்டு வாங்கோ... நல்லதே நடக்கும்" என்று நம்பிக்கை வார்த்தைகள் சொல்ல, மறுநாளே அப்பாயிண்ட்மெண்ட் வாங்கிக்கொண்டு இருவரும் அந்த டாக்டரை பார்க்க செல்கின்றனர்.

எல்லா டெஸ்ட் களையும் எடுத்த அந்த டாக்டர், "உங்க ரெண்டு பேருக்கும் எந்த குறையுமில்ல - அதனால கவலையே படாதீங்க கட்டாயம் சீக்கிரம் உங்களுக்கு குழந்தை பிறக்கும்" என்று சொல்லி சில வைட்டமின் மாத்திரைகளை மட்டும் சாப்பிடச் சொல்லி அனுப்பி வைக்கிறார்.

"ஐயோ இவளையா கூப்பிட்ட - உனக்கு பிறக்கப்போகும் முதல் பேரனோ, பேத்தியோ நல்லா இருக்க வேண்டாம் - அவளுக்கு கல்யாணம் ஆகி இத்தனை வருஷம் ஆச்சு இன்னும் குழந்தை இல்லை... உம் பொண்ணுக்கு கல்யாணம் பண்ணி, கணக்கு வச்சா மாதிரி பத்தாவது மாசமே குழந்தை பிறக்க போகுது - அவ கண்ணு படாது" என்று வைதேகி காதுபடவே பேச்சுக்கள் அடிபட , தாங்க முடியயவில்லைவைதேகியால்...

இப்படியே சில நாட்கள் சென்ற பிறகு, "இன்னிக்கு மருத்துவம் எவ்வளவு டெவலப் ஆயிருக்கு, அதை யூஸ் பண்ணிண்டு குழந்தை பெத்துக்கலாம் அப்படின்னு நான் எவ்வளவு சொன்னாலும் நீங்க கேட்கவே மாட்டேன்றீங்கோ... இயற்கையா பொறந்தா தான் நல்லது அப்படின்னு நீங்களா ஏதோ ஒண்ணு மனசுல ரெவச்சுண்டு, ஏன் இப்படி என் பிராணனை வாங்குறீங்க ...நமக்கு குழந்தை பிறக்கும் அப்படின்ற

நம்பிக்கை எனக்கு சுத்தமா போயிடுத்து - நாம ஏன் ஒரு குழந்தையை தத்து எடுத்துக்கக் கூடாது" என்று வைதேகி விரக்தியுடன் கேட்க ..."எதுக்கு வீணா மனச போட்டு இப்படி குழப்பிக்கிற ...அதான் ஊரிலேயே பெஸ்ட் டாக்டரே சொல்லியாச்சு...நமக்கு என்ன குறைச்சல் - குழந்தை தானா பொறக்கும்" என்று ஒரே வார்த்தையில் முடித்து - அதற்குமேல் வைதேகியை பேசவிடாமல் தன் வேலையை பார்க்க சென்றுவிடுகிறார் ராமன்....

பெண்களின் மனத்திலுள்ள சுமைகள் சில நேரங்களில் ஆண்களுக்கு புரிவதில்லை... காலம் செல்லச் செல்ல,வைதேகியின் தாய் தந்தையரும் ஒருவரின் பின் ஒருவராக காலமாகி விட, அயல்நாட்டில் எங்கோ இருக்கும் தன் ஒரே தங்கையை தவிர வைதேகிக்கு சொல்லும்படியாக இப்போது இருக்கும் பிறந்த வீட்டு சொந்தம் என்றால், அவளுடைய ஒன்றுவிட்ட அண்ணனும் அவருடைய பிளஸ் 2 படிக்கும் மகளும் மட்டும்தான்...

பலவருட கதைகள் ஏதோ கனவு போல ராமனின் மனதில் ஓடிக் கொண்டிருக்க, ஒரு வாரமாக சரியான தூக்கம் இல்லாமல், சாப்பாடு இல்லாமல் சோகத்தில் மூழ்கி இருந்தார் ராமன்... ரயில் அச்சிடென்டாகி, எல்லாம் முடிந்து ஒரு வாரம் ஆகியிருந்த நிலையில், அழுது அழுது, பழைய நினைவுகளில் மூழ்கி அப்படியே கண் அயர்ந்து போயிருந்த ராமனை," வாசற்கதவை அப்படியே திறந்து போட்டுட்டு என்ன தூக்கம்... ஏன்னா எழுந்திரிங்கோ " என்று வைதேகியின் குரல் மீண்டும் மீண்டும் எழுப்ப, "கனவிலேயும் நீதான் வர்ற வைதேகி..." என்று முனகிக்கொண்டே கண்ணீர் விடுகிறார் ராமன்...

அந்த பச்சைக்கல் மோதிரம்...!

"சித்த அழாம கண்ண திறந்து பாருங்கோன்னா - இது கனவில்ல, நான் உங்க வைதேகி வந்திருக்கேன்..." என்றவுடன், கண்ணை திறந்து பார்த்த ராமனுக்கு, இன்ப அதிர்ச்சி.... அங்கு அவருடைய வைதேகி நின்றுருக்க, அவரால் தன் கண்ணையே நம்ப முடியவில்லை..." நீ ரயில் விபத்தில..." என்று முடிக்கும் முன்னரே " ஆமா - ரயில் விபத்தில நான் நினைவிழந்து போயி, இத்தனை நாள் ரயில்வே ஹாஸ்பிடலில் தான் இருந்தேன்... நினைவு வந்த உடனே உங்க போனுக்கு ட்ரை பண்ணேன் - அது சுவிட்ச்சாப்பா இருந்தது.... அதனால ஹாஸ்பிடல்ல இருக்கிறவாளோட உதவியோட, உங்களை பார்க்க ஓடோடி வந்துட்டேன்" என்று சொன்ன வைதேகியை ஆச்சரியம் தாங்காமல் பார்த்துக்கொண்டேருந்தார் ராமன்.

"ஏன்னா உங்களுக்கு ஒரு விஷயம் தெரியுமா...
ட்ரெயின்ல போகும்போது, ஆத்துக்கு வந்தவுடனேயே
நீங்க எனக்கு போன் பண்ணினீங்களோல்யோ,
என் பக்கத்துல ரயில்ல உட்கார்ந்துண்டு வந்த
அந்த பொண்ணுக்கும் என் வயசுதான் இருக்கும்
- என்னோட மொபைல் போன்ல இருந்த உங்க
போட்டோவையே உத்து உத்து பாத்துண்டே இருந்தா...
கேட்டதுக்கு, எனக்கு ரொம்ப தெரிஞ்ச ஒருத்தர் மாதிரி

இருந்தது அப்படின்னு சொன்னா.. அவா டீச்சரா வேலை பண்றதா சொன்னா... பாவம் கல்யாணம் பண்ணிக்கல..." என்று அவள் சொல்லிக்கொண்டே போக "அதெல்லாம் இருக்கட்டும் - உன் பச்சை கல் மோதிரம், அத வச்சு தானே நீ போயிட்டேன்னு உன் பாடியை அடையாளம் காட்டி..." என்று ராமன், வைதேகியை பார்த்த சந்தோஷத்தில் தட்டுத்தடுமாறி சொல்ல, "ஓ அதுவா, ரொம்ப சாரின்னா... ட்ரெயின்ல போகும்போது, என்னோட மோதிரம் ரொம்ப அழகா இருக்கேனு, என் பக்கத்துல இருந்த அந்த டீச்சர் கேட்டா "போட்டு பாருங்கோ"னு நான்தான் கொடுத்தேன்... அந்த நேரத்துல தான் இந்த ரயில் விபத்து நடந்தது" என்று சொன்ன வைதேகியை, கோபத்துடன் பார்த்து " இந்த மாதிரி உன்னோட அதிக பிரசங்கிதனத்தினாலே யாரோ ஒரு முகம் தெரியாதவளுக்கு, நான் காரியம் பண்ணினேன் தெரியுமா?" என்று கத்த... "இப்ப என்ன ஆயிடுத்து, ஒண்ணும் பரவாயில்ல, நான் தான் உயிரோட வந்துடேனோல்யோ.. இந்த மாதிரி நடந்தா ஆயுசு கெட்டின்னு சொல்லுவா.." என்று சொல்லி கொண்டே போன வைதேகி, "ஆ...! அவா பேரு என்னானு கேட்கலையே நீங்க... அந்த பொண்ணு பேரு கூட என்னமோ சொன்னாளே ஆ!... சாந்தி... அவா வாழ்க்கையில யாரோ ஒரு அயோக்கியன், அவள கல்யாணம் பண்ணிக்கிறேன்னு சொல்லி ஏமாத்திட்டான்னு சொல்லி ரொம்ப ரொம்ப வருத்தப் பட்டா... அந்த மாதிரி ஆட்கள் எல்லாம் நன்னாவே இருக்க மாட்டான்னா" என்று வைதேகி சொல்லச் சொல்ல, 'சாந்தி' என்ற பெயரை கேட்டவுடன், பழசெல்லாம் ஞாபகம் வந்து எண்ணங்கள் அலைமோத,

மண்டையில் யாரோ சம்மட்டியால் அடிப்பது போல இருந்தது ராமனுக்கு... சாந்தியைப் பற்றி, அவர்களின் கல்லூரி காதல் பற்றி, அவள் வேறு பிரிவைச் சேர்ந்தவள் என்பதால், பயந்துகொண்டு பெற்றோரிடம் சொல்லாமல் இருந்ததும், வேண்டாவெறுப்பாக வைதேகியை பெண் பார்க்க சென்றாலும், அவளைப் பார்த்தவுடன் பிடித்துப் போனதும் திருமணம் நடந்ததும் ராமனின் மனதில் ஒவ்வொன்றாக மனதில் காட்சிகளாக ஓடியது ... சாந்தியின் நினைவுகள் - அவளின் மரணம் என்று சட்டென எல்லாம் மனதில் அலைமோத, நெஞ்சில் யாரோ சம்மட்டியால் அடிப்பதுபோல மனசாட்சி ஒரு குற்ற உணர்ச்சியை தந்தபோது தாங்க முடியாமல் வைதேகியிடம் கதறிவிடுகிறார் ராமன்... "இதுவரைக்கும் உன்கிட்ட சொல்லாத ரகசியம் ... என்ன மன்னிச்சிடு - நான் வேணும்னு ஏமாத்தல - ஏதோ சந்தர்ப்ப சூழ்நிலை சாந்தியை கல்யாணம் பண்ணிக்க முடியலை ... நான்தான் அந்த அயோக்கியன் ... 35 வருஷம் முன்னாடி காதல் அப்படின்னு சொன்னா எந்த அளவுக்கு எதிர்ப்பு இருக்கும் அப்படின்னு நீ யோசிச்சு பாரு... அது மட்டும் கிடையாது இப்ப மாதிரி அந்த காலத்துல வெளியில போய் சுத்தறது, சினிமாவுக்குப் போறது இதெல்லாம் நடக்காத காரியம் அதிகபட்சம் நாங்க கண்களாலேயே பேசி கிட்ட வார்த்தை 'நீ நன்னா இருக்கியா நான் நன்னா இருக்கேன்...' அது மட்டும் தான்... ஆனா என்ன மாதிரியே அவளும் வேற இடத்துல கல்யாணம் பண்ணிண்டு இருப்போனு நான் நெனச்சேன்... இப்போ நீ சொன்னவுட்டு தோ எனக்கு தெரியறது அவ கல்யாணமே பண்ணிக்கலனு... அதனாலேதானோ என்னமோ நமக்கு குழந்தை

இல்லேன்னு தோன்றது..." என்று தேம்பி தேம்பி அழ, இதுநாள் வரையில் கணவர் தன்னிடம் இருந்து இவ்வளவு பெரிய உண்மையை மறைத்துவிட்டாரே என்று இருந்தாலும் - உண்மையைச் சொல்லி மன்னிப்பு கேட்கும் வகையில் அவர் அழும் பொழுது, சட்டென மனம் மாறிய வைதேகி, "என்னது இது இப்படி சின்ன குழந்தையாட்டம் அழுதுண்டு ... பகவானா பார்த்து உங்களுக்கு பாப விமோசனம் கொடுத்துட்டார் - ஏன்னா, இல்லன்னா உங்க கையாலேயே காரியம் நடந்திருக்குமா சாந்திக்கு - இனிமே நமக்கு குழந்தை கூட போறக்குமோ என்னமோ" என்று சொல்ல, மேலும் கதறி அழுகிறார் ராமன்...

52

வைதேகிக்கு வைர அட்டிகை...!

"இன்னிக்கி ஜூன் 20, நான் ஒன் வீக் கழிச்சுதான் வருவேன் - நான் வர்ற அன்னைக்கு ஏர்போர்ட்டுக்கு கார் அனுப்பிச்சுடு" என்று ராமன் பிசினஸ் வேலையாக மும்பை புறப்பட்டு செல்கிறார். கல்யாணமான புதிதில் "உன்னுடைய பர்த்டே என்னைக்கு...?" என்று ராமன் கேட்டதற்கு, "என்ன பத்தி என்ன நெனச்சுண்டு இருக்கீங்கோ... நான் கவியரசு கண்ணதாசனும், மெல்லிசை மன்னர் எம்எஸ் விஸ்வநாதனும், பிறந்த ஜூன் 24 அன்னைக்கு பிறந்தவளாக்கும் தெரியுமா.." என்று சொல்ல, அதை ஞாபகம் வைத்துக்கொண்டு ஒவ்வொரு ஆண்டும் ராமன் வெளியூர் சென்றிருந்ததால் போன் செய்து காலையிலேயே முதல் விஷ் சொல்வதோடு, வரும்போது கட்டாயம் ஒரு சர்ப்ரைஸ் கிப்ட்டுடன்தான் வருவார்... அன்று ஜூன் 24, காலையிலிருந்து போனிற்காக வெயிட் செய்து, வெயிட் செய்து அழுது அழுது அலுத்துப் போய் தூங்கிவிட்டாள், வைதேகி... மணி சரியாக இரவு 10 மணி, "ஹாப்பி பர்த்டே டு யூ" என்று பாடிக்கொண்டே, திடீரென்று

அவள் முன் வந்த ராமனின் குரல் கேட்டு, அழுது அழுது வீங்கி போன முகத்துடன், தூக்கக்கலக்கத்தில் எழுந்த வைதேகி கோபத்துடன் சிணுங்க, "எதை மறந்தாலும் என் கண்மணியோட இந்த பர்த்டேவை என்னால மறக்க முடியுமா...அதனாலதான் சர்ப்ரைஸா மும்பை ட்ரிப்பை சீக்கிரமா முடிச்சுண்டு வந்துட்டேன்... இன்னும் கூட சீக்கிரம் வந்திருப்பேன், இன்னிக்கி உன்னோட பர்த்டே இல்லையா அதனால வர்ற வழியில புதுசா ஒரு கோவில் கட்டி இருக்கா அந்தக் கோவில்ல சேவிச்சுட்டு வந்தேன்... அதான் லேட்" என்று சொல்ல "கோவில்ன்னு பொதுவா சொன்னா எப்படி? யார சேவிசிங்கோ... பெருமாளா, பிள்ளையாரா?" என்று வைதேகி கேட்க..." யாருக்கு தெரியும் ஒரே கூட்டம்... அர்ச்சகரோட முதுகை தான் சேவிசுட்டு வந்தேன் - அதுல அர்ச்சகருக்கு வேற 70 எம் எம் முதுகா..." என்று ஓஹோஹோ வென்று சிரிக்க, "சரி வாங்கோ..." என்று சகஜ நிலைமைக்கு வந்த வைதேகியை பார்த்து, "என்ன கிப்ட் கொண்டு வந்தேன்னு நீ கேட்கவே இல்லையே..." என்று கேட்க "நீங்க வந்ததே எனக்கு பெரிய கிப்ட் தான்" என்று அவள் சொல்ல, "Totodyine" என்று கையில் ஒளித்து வைர அடிகையை அவள் கழுத்தில் போடுகிறார் ராமன் - அப்படியே சந்தோஷத்தில் மிதக்கிறாள்வைதேகி...

ஆயிற்று அன்று சண்டே..சொன்னது போல ஞாயிற்றுக்கிழமை காலை 6 மணிக்கே எழுந்து குளித்துமுடித்து கையில் காப்பியுடன் வந்து ராமனை வைதேகி எழுப்ப, "இன்னைக்கு சண்டே தானே... இன்னும் அஞ்சு நிமிஷம் தூங்கவிடேன்... ப்ளீஸ் வைதேகி..." என்று ராமன் கண்ணை மூடிக் கொண்டே

கெஞ்ச, "இன்னிக்கு என்ன டிபன் தெரியுமா சுடசுட ரவா பொங்கலும் தேங்காய் சட்னியும்" என்று வைதேகி சொல்ல, துள்ளி குதித்து எழுந்த ராமன், கடகடவெனபல் தேய்த்து குளித்துவிட்டு, நேராக டைனிங் டேபிளுக்கு வந்து விடுகிறார்... ரவா பொங்கலுடன் தேங்காய் சட்னி மணக்க வைதேகி செய்த சுவையான பிரேக்ஃபேஸ்ட் சுவைத்த ராமன், மதியம் 12 மணி ஸ்பெஷல் ஷோ ஏதோ ஒரு புது படம் டிவியில் ஓடிக் கொண்டிருக்க, அதைப் பார்த்தவாறே அன்றைய தினசரியில் மூழ்கிப் போயிருந்தார்... சமையற்கட்டில் வைதேகி மைசூர் ரசமும், உருளை ரோஸ்டும், செய்துகொண்டிருக்க, வைதேகியின் போனிற்கு அவளுடைய ஒன்றுவிட்ட அண்ணன் மகள் கவிதா போன் செய்து "அத்தை, அப்பா நன்னா தான் இருந்தார்... திடீர்னு ஹார்ட் அட்டாக் வந்து நம்மளை எல்லாம் விட்டுட்டு போயிட்டார்" என்று ஓவென்று அழுது வார்த்தைகள் தடுமாறி பேச, போட்டது போட்டபடி உடனே இருவரும் காரில் ஊருக்கு விரைகின்றனர்...

அண்ணன் இறந்து போன செய்தி கேட்டு வைதேகியும், ராமனும் காரில் ஊருக்கு விரையும்

போது, ஒரு ஊரில், ஒரு சிறுபெண் பூப்பெய்திய பிளக்ஸ் பேனர் ஆங்காங்கே இருப்பதை பார்க்கின்றனர்... இத்தனை போஸ்டர்களும் பிளக்ஸ் பேனர்களும் இருப்பதைப் பார்த்த வைதேகி, அண்ணன் இறந்து போன டென்ஷன் சற்று டைவர்ட் ஆகி, " ஏன்னா இந்த மாதிரி போஸ்டர் அடிச்சு பிளக்ஸ் பேனர் வச்சு இதையெல்லாம் பண்ணும்போது அந்த குழந்தைக்கு எவ்வளவு சங்கோஜமா இருக்கும்... "என்று சொல்லிக் கொண்டே வர, அந்த இடத்தில் வயதான கிழவன் ஒருவன், அந்த 15 வயது பெண்ணின் பிளக்ஸ் பேனருக்கு முத்தம் கொடுத்துக் கொண்டிருக்க, அந்த காட்சியை கண்ட வைதேகி, முகத்தை சுளிக்கிறாள்... "என்னதான் போக்சோ சட்டங்கள் வந்தாலும் இவனெல்லாம் என்ன பண்றது?" என்று சொல்ல, "இந்த நோய்க்கு பெயர் "பீடோ பீலியா" - இப்படியெல்லாம் நடக்கும்னு தெரியாம குழந்தைகளோட போட்டோவ கண்ட இடத்துலயும் இந்த மாதிரி வைக்கிறது ரொம்ப தப்பு ... அப்பா அம்மா தான் இது முதல்ல உணரணும்" என்று ராமனும் ஒரு தந்தையின் ஸ்தானத்திலிருந்து சொல்ல, "அங்க பாருங்கோ ஒரு கான்ஸ்டபிள் வந்துண்டிருக்கார் - அவர்கிட்ட இந்த ஆள பத்தி சொல்லி ஆக்ஷன் எடுக்க சொல்லுங்கோ" என்று வைதேகி சொல்ல - கான்ஸ்டபிள் அந்த சைக்கோ நபரை இழுத்துச் செல்கிறார்...

"என்னதான் போக்சோ சட்டங்கள் வந்தாலும் இவெனெல்லாம் என்ன பண்றது?" என்று சொல்ல, ராமனும் இந்த நோய்க்கு பெயர் "பீடோ பீலியா"- "இப்படியெல்லாம் நடக்கும்னு தெரியாம குழந்தைகளோட போட்டோவ கண்ட இடத்துலயும் இந்த மாதிரி வைக்கிறது ரொம்ப தப்பு - அப்பா அம்மா தான் இது முதல்ல உணரணும்"

"இப்பல்லாம் இன்டர்நெட், யூடியூப் இப்படி வந்த பிறகு ஒரு கண்ட்ரோல் இல்லாம போயிடுத்து... சின்ன பசங்கள்லேர்ந்து இப்படி வயசான கிழங்கள் வரைக்கும் இந்த மாதிரி நிறைய கோளாறுகள் நம்ம கேள்விப்படுறோம் - பார்க்கிறோம்... மிருகங்கள் கூட இவ்வளவு கேவலமா நடக்கிறது கிடையாது... அவனுக்கு 80 வயசு இருக்கும் போல இருக்கு... அவன் பண்ண வேலையை நெனச்சுப் பாத்தாலே அருவருப்பா இருக்கு... போன வாரம் தான் ஒரு பேட்டி ஒண்ணு படிச்சேன் - ரிட்டையர் ஆன ஒரு பப்ளிக் ப்ராசிக்யூட்டர் - ஒரு லேடி, அவாளோட பேட்டி படிச்சேன்... அயனாவரத்தில் அந்த 13 வயசு பொண்ணு - பாவம் கொஞ்சம் மெண்டலி சேலஞ்ச்ட் ...அந்த பொண்ண போய், அந்த அப்பார்ட்மெண்ட் வாட்ச்மேன்லிருந்து எத்தனை பேர்... என்னால சொல்ல முடியலன்னா... அவா எல்லாருக்கும் தண்டனை வாங்கிக் கொடுத்திருக்கா அந்த லேடி... இதுக்கெல்லாம் போக்சோ ஆக்ட் மாதிரி இவ்வளவு

சட்டங்கள் வந்த பிறகும் இப்படியெல்லாம் இவா பண்ணிண்டிருந்தா என்னத்த சொல்றது..." என்று படபடவென வைதேகி பொரிந்து தள்ள, "என்ன பண்றது எம்ஜிஆர் பாடின மாதிரி, 'திட்டம்போட்டு திருடுற கூட்டம் திருடிக்கொண்டே இருக்குது - அதை சட்டம் போட்டு தடுக்கிற கூட்டம் தடுத்துக்கொண்டே இருக்குது... திருடராய் பார்த்து திருந்தாவிட்டால் திருட்டை ஒழிக்க முடியாது' அப்படின்னு அவர் சொன்னது இன்னிக்கும் பொருந்தறது பாத்தியா" என்று ராமன் சொல்ல, "சரி சரி இந்த டென்ஷன்ல, அங்கே என்ன நடக்கறதோ - அந்த சின்ன பொண்ணு கவிதா என்ன தவிச்சுண்டிருக்காளோ, சீக்கிரமா போங்கோ..." என்று வைதேகி சொல்ல, கார் விரைகிறது...

மனம் மாறும் கவிதா…!

அண்ணன் வீட்டில் எல்லோரும் சுற்றி உட்கார்ந்து கொண்டு அழுதுகொண்டு இருக்கின்றனர். வீட்டின் வாசலில் கார் வந்து நின்ற உடன், வைதேகி கடகடவென வீட்டினுள் சென்று கவிதாவை தேற்றுகிறாள்… எல்லாம் முடிந்து, அவரவர் வீட்டிற்கு எல்லோரும் சென்றுவிட, வைதேகி, ராமன், கவிதா மூவர் மட்டுமே இந்த வீட்டில்… அடுத்த நாள் ஊர் பெரியவரிடம், "காரியம் முடிகிற வரைக்கும் இந்த பத்து நாளைக்கு கவிதா கூட பக்கத்தாத்து பாட்டி இருக்கேன்னு சொல்லிட்டா… காரியத்துக்கு வந்துட்டு, கவிதாவையும் எங்க கூடவே கூட்டிண்டு போபோறோம்…எங்களுக்கும் குழந்தை இல்ல… இனிமே அவ தான் எங்க பொண்ணு… இப்போ பிளஸ் டூ ரிசல்ட் வந்ததும், எங்க ஊர்ல காலேஜ்ல சேர்த்திருக்கிறோம்…" என்று வைதேகி சொல்ல, ராமனும் அதை ஆமோதித்தார்….

காரியங்கள் முடிந்து சென்னைக்கு வந்ததும், பிளஸ் டூ ரிசல்ட்டும் சில நாட்களில் வர, ஒரு மிகப்பெரிய

கல்லூரியில் கவிதாவை அவளுக்கு பிடித்த பிரிவில் சேர்க்கின்றனர்..... "நம்ம கவிதா பஸ்ல போறத விட நீங்க ஆபிஸ் போகும் போது கொஞ்சம் சீக்கிரமா கிளம்பி அவளை காலேஜில் விட்டுவிட்டு போயிடுங்கோளேன்..." என்று வைதேகி சொல்ல, ராமனின் காரிலேயே கவிதாவும் செல்கிறாள்...

கவிதாவை காலேஜில் பென்ஸ் காரில் ராமன் விட, காரிலிருந்து இறங்கி வருவதைப் பார்த்த அவளுடன் படிக்கும் மாணவிகள் வாயை பிளக்காமல் இல்லை. அதில் ஒருத்தி, 'பெரிய இடத்து பொண்ணு போல இருக்கே' என்று, வலிய வந்து பேச ஆரம்பிக்கிறாள்.. "நான் இங்க B.Com சேர்ந்து இருக்கேன் பா... என் பேர் அனிதா... நீ?" என்று கேட்க கவிதாவும், " என் பேர் கவிதா, நானும் B.Com தான் சேர்ந்து இருக்கேன் - அப்ப நம்ம ரெண்டு பேரும் பக்கத்துல பக்கத்துல உட்கார்ந்திருக்கலாம்" என்று புதிய இடம், மிகப்பெரிய கல்லூரி, எப்படி சமாளிக்கப் போகிறோம் என்று இருந்த கவிதாவிற்கு தனக்கு ஒரு தோழி கிடைத்துவிட்டாள் என்று நிம்மதியாக உணர்கிறாள்...

தினமும் விதவிதமாக கவிதா கொண்டு வரும் உணவும், அவளுடைய உயர்ரக உடைகளும், அவள் பணக்கார இடத்தை சேர்ந்த பெண் என்ற நினைப்பை பலரிடமும் கொடுக்கிறது...

தான் தாய் தந்தையற்ற பெண் என்ற விஷயத்தை யாரிடமும் சொல்லாமல் இருந்த கவிதாவை, அவள் சற்றும் எதிர்பாராத நேரத்தில் ஒரு நாள் மதிய உணவு நேரத்தில், "எதுக்கு உங்க அப்பாவ தினமும் தொந்தரவு

பண்ற... அவருக்கு இருக்கிற business டென்ஷன் நடுவுல உன்ன வேற வந்து காலேஜில விட்டுட்டு போகணுமா?" அனிதா கேட்க, சட்டென்று கவிதா, "அய்யய்யோ அவர் எங்க அப்பா இல்ல - எங்க அத்தையோட வீட்டுக்காரர் - அதாவது எங்கள்ல அத்திம்பேர்னு சொல்லுவோம்... நான் எங்க அத்தை வீட்டில் தங்கி தான் படிக்கிறேன்...", என்று சொல்ல, "அப்போ அப்பா அம்மா?" என்று அனிதாவும் கேட்க அவளிடம் உண்மையை மறைக்க முடியாமல், "எனக்கு அப்பா அம்மா கிடையாது" என்று கவிதா சொல்ல, "அப்போ இந்த வசதி வாய்ப்பெல்லாம் உனக்கு நிரந்தரம் இல்லன்னு சொல்லு " என்று அனிதா சொல்ல, "நீ என்ன சொல்ற - எனக்கு புரியலையே..."என்று கவிதா இடைமறிக்க, "சரிதான் போ... படிப்பு முடிஞ்சதும் உன்னை ஏதோ ஒரு சுமாரான இடத்துல கல்யாணம் பண்ணி கொடுத்துடுவாங்க. அதுக்கு அப்புறம் பென்ஸ் காராவது - பங்களாவாவது... எல்லாத்தையுமே மறந்துட வேண்டியதுதான்..." என்று அனிதா சொல்லிக்கொண்டே போக, குழப்பம் ஆரம்பித்தது கவிதாவுக்கு... அதே குழப்பத்துடன் ஒருவாரம் போனபின்பு, கொஞ்சம் கொஞ்சமாக கவிதாவுக்கு ராமனின் மிகப்பெரிய பிசினஸ், அந்த பிரம்மாண்டமான வீடு, செல்வ செழிப்பு, அவரின் வயதை விட குறைவாக தெரியும் இளமைத் தோற்றம், ஸ்டைலிஷாக அவர் கார் ஓட்டும் அழகும், ஒருசேர, கவிதாவின் மனதை கொஞ்சம் கொஞ்சமாக மாற்றியது... 'அத்தை வைதேகிக்கோ குழந்தையில்லை - பார்த்தா அவர்கிட்ட குறை இருக்கிற மாதிரி தெரியல...அத்தை கிட்ட

தான் குறை இருக்கணும் - நான் ஏன் அத்திம்பேரை இரண்டாவது கல்யாணம் பண்ணிக்க கூடாது - அப்படி கல்யாணம் பண்ணிண்டா இங்கேயே நிரந்தரமாக இருந்துடலாமே..' என்று எண்ண ஆரம்பித்தாள்...

கொஞ்சம் கொஞ்சமாக கவிதாவுக்கு ராமனின் மிகப்பெரிய பிசினஸ், அந்த பிரம்மாண்டமான வீடு, செல்வ செழிப்பு, அவரின் வயதை விட குறைவாக தெரியும் இளமைத் தோற்றம், ஸ்டைலிஷாக அவர் கார் ஓட்டும் அழகும், ஒருசேர, கவிதாவின் மனதை கொஞ்சம் கொஞ்சமாக மாற்றியது.

சாதாரணமாக இருந்தவள், ராமனை எப்படியாவது தன் பக்கம் இழுக்க வேண்டும் என்று அடிக்கடி பியூட்டி பார்லர் போக ஆரம்பிக்கிறாள் - அதீதமாக மேக்கப் போட ஆரம்பிக்கிறாள்... இதையெல்லாம் பார்த்துவிட்டு வைதேகி, " ஏன்னா - என்ன இந்த பொண்ணு ...அதோட போக்கு ஒண்ணுமே சரி

இல்லையே - வரும்போது சாதாரணமா வந்தா... இப்ப என்னடான்னா, அவ போடுற அதீத மேக்கப்பை பார்க்க சகிக்கலையே..." என்று ராமனிடம் தனிமையில் சொன்னபோது..." விடு விடு... சின்ன பொண்ணுதானே காலேஜ்ல மத்த பொண்ணுங்க மாதிரி ஸ்டைலா இருக்கணும்னு நினைக்கிறா போல ..." என்று ராமனும் சொல்ல, "அதிலன்னா - மேக்கப்ன்னா ஒரு அளவு வேண்டாமா, இந்த மாதிரி மேக்கப் போட்டுண்டா, என்னுடைய சைக்காலஜிஸ்ட் பிரண்ட், அத Attention Seeking Behaviour அப்படின்னு சொல்லுவோ,.. அதனாலதான் பயமா இருக்கு..." என்று வைதேகியும் கூற.." பகவானே... இப்படி எல்லாத்துக்கும் எதனா சொல்லி மனச குழப்பிக்கிறதை இந்த வைதேகி எப்போதான் விட போறாளோ..." என்று சொன்ன ராமனைப் பார்த்து சற்றே சலிப்புடன்..." ஆமா - நான் இப்போ சொல்றதெல்லாம் உங்களுக்கு கிண்டலா தெரியும்... யார் எப்படி போனா எனக்கென்ன..." என்று உள்ளே போய்விடுகிறாள் வைதேகி.

கவிதாவின் நாடகங்கள்…!

தினமும் காலேஜிலிருந்து வரும் பொழுது பஸ்ஸில் வரும் கவிதா, திடீரென்று ஒருநாள் மயக்கம் என்று நாடகமாடி, ராமனின் போன் நம்பரை கொடுத்து காலேஜிலிருந்து போன் செய்யச் சொல்லி சொல்ல, அரக்கப்பரக்க காரை எடுத்துக்கொண்டு வேகமாக வருகிறார் ராமன். ராமனைப் பார்த்தவுடன் அவர் மீது கவிதா சற்றே மயங்கி விழ, கைத்தாங்கலாக அப்படியே ராமனின் தோளில் சாய்ந்தபடி கார் வரையில் வருகிறாள். "ஹாஸ்பிடலுக்கு போலாமா" என்று ராமன் கேட்க "இல்ல அங்கிள் நேத்து நைட் எல்லாம் தூங்காம படிச்சேன் அதனாலதான் … ஆத்துக்குப் போய் ரெஸ்ட் எடுத்தா எல்லாம் சரியாயிடும்" என் என்று அப்படியே ஒரு ஈனக் குரலில் சொல்கிறாள் கவிதா … மற்றொருநாள் சாதாரணமாக பேசிக்கொண்டே காரில் போகும்போது, "அங்கிள் உங்களைப் பார்த்தா யாருமே இவ்வளவு வயசு சொல்லவே மாட்டா… அவ்வளவு ஸ்மார்ட்டா இருக்கீங்கோ … 'உன்னை கார்த்தால காலேஜ்ல கொண்டு வந்து விடுறது உன்னோட பாய் ஃப்ரெண்டா' அப்படின்னு என்னோட பிரெண்ட்ஸ் எல்லாம் கிண்டல்

பண்றா" என்று கண்களை சிமிட்டிக் கொண்டு அவள் மனதில் இருப்பதை சிரித்துக் கொண்டே கவிதா சொல்ல, அதற்கு ஒன்றும் சொல்லாமல் அசடு வழிந்த ராமனை எளிதில் தன் வழிக்குக் கொண்டுவர முடியும் என்று கவிதா நினைக்கிறாள் ...

எறும்பு ஊர கல்லும் கரையும் என்ற பழமொழி பொய்யில்லை.... அவளின் இளமையும், அழகும், துடுக்குத்தனமான பேச்சும் ராமனை கொஞ்சம் கொஞ்சமாக தடுமாற வைக்கிறது. இருந்தாலும் அவரின் உள்ளுணர்வு சற்று தள்ளியே இருக்கச் சொல்கிறது... அதனால் பட்டும்படாமலும் மதில் மேல் பூனை போல இருக்கிறார் ராமன்...

முன்பெல்லாம் ஆபீஸிலிருந்து மதியம் எப்பொழுதுமே வராத ராமன், இப்பொழுதெல்லாம் அடிக்கடி கவிதாவை காலேஜிலிருந்து கொண்டுவந்து விடுவதற்காகவே வந்து போவது, வைதேகி ஏனோ

சரியாக படவில்லை. கேட்டதற்கு "பாவம் பஸ்ல எதுக்கு இடி பட்டுண்டு வரணும்" என்று சொன்னதும், வேறு எதுவும் சொல்ல முடியவில்லை அவளால்.

"நாளைக்கு சண்டே என்ன செய்யட்டும்" என்று வைதேகி கேட்க, "நாளைக்கு நான் பண்றனே" என்று கவிதா சொல்ல, "நான் பண்ணா தான் அவருக்கு பிடிக்கும்" என்று வைதேகி சொல்ல, "சின்ன பொண்ணு ஆசைப்படுறா...நாளைக்கு ஒரு மாறுதலுக்கு நம்ம கவிதா தளிகை பண்ணட்டுமே" என்று ராமன் சொல்ல, முதன்முதலாக ஏதோ ஒரு நெருடல் வைதேகியின் மனதில் தோன்றுகிறது ....அடுத்த நாள் 'படு சுமாராக' இருந்த கவிதாவின் சமையலை ராமன் "பிரமாதம்" என்று சுவைத்துச் சுவைத்து சாப்பிட்டது, மேலும் அந்த நெருடலை பெரிதாக்குகிறது.. "மெய்யா சொல்லுங்கோ அவ பண்ண தளிகை நன்னாவா இருந்தது...?" என்று வைதேகி கோபமாக கேட்க, "அப்பா அம்மா இல்லாத சின்ன பொண்ணு - முதல் முதல்ல தளிகை பண்றா ... திட்டறகுதுக்கு மனசு வரலடி" என்று சொன்ன ராமனை புரிந்து கொள்ள முடியவில்லை வைதேகியால்.

"ஏன்னா எவ்வளவு நாளாச்சு உங்களோட நான் கார்ல வந்து... ப்ளீஸ் நானும் வரேன்..."என்றுவைதேகி கெஞ்சும் குரலில் கேட்க "ஆன்ட்டி! அதுதான் அங்கிள் இவ்வளவு தூரம் சொல்றாரே -நீங்க பேசாம ஒரு ஆட்டோ புடிச்சிட்டு போயிடுங்க" என்கிறாள் கவிதா...

"அங்கிள், நாளைக்கு நான் என் பிரெண்ட்ஸ் கூட சினிமாவுக்கு போறேன். ஆன்ட்டி கிட்ட சொன்னா 'படிக்கிற பொண்ணுக்கு சினிமா எல்லாம் எதுக்கு?' அப்படின்னு திட்ட ஆரம்பிச்சுடுவா... நான் சினிமாவுக்கு வரல அப்படின்னு சொன்னா என் பிரெண்ட்ஸ் கிண்டல் பண்ணுவா... அதனால என்ன கொஞ்சம் சினிமா தியேட்டர்ல டிராப் பண்ணிடுங்கோ - ஆன்ட்டியை பொருத்தமட்டில, நான் காலேஜ் போன மாதிரியே இருக்கட்டும்" என்று கவிதா சொல்ல, 'சரி' என்பது போல் தலை ஆட்டுகிறார் ராமன். அடுத்த நாள் வழக்கம் போல, ராமனும் கவிதாவும் காரில் கிளம்ப "நானும் வரேன் மார்க்கெட்டுக்கு போகணும்" என்று வைதேகி சொல்ல- கவிதா சினிமாவிற்கு போவதைப் பற்றி எப்படி சொல்வது என்று தடுமாறிய ராமன் டென்ஷனாகி "மார்க்கெட் கரெக்டா நான் போற வழிக்கு நேர் ஆப்போசிட் வழி... உனக்காக அப்படி சுத்திண்டு போனா, எனக்கு ஆபீசுக்கு லேட் ஆகும் - கவிதாவுக்கும் காலேஜுக்கு லேட்டாகும்... அதனால நீ ஒரு ஆட்டோ பிடிச்சுண்டு போயிடு..."என்று ராமன் மறுக்க, "ஏன்னா எவ்வளவு நாளாச்சு உங்களோட நான் கார்ல வந்து... ப்ளீஸ் நானும் வரேன்..."என்று வைதேகி கெஞ்சும் குரலில் கேட்கிறாள்...ராமனும் ஒரு நிமிடம் தயங்கி நிற்க, சட்டென கவிதா, "ஆன்ட்டி! அதுதான் அங்கிள் இவ்வளவு தூரம் சொல்றாரே -நீங்க பேசாம ஒரு ஆட்டோ புடிச்சிட்டு போயிடுங்க" என்று கவிதாவும் தன் முறைக்கு சொல்ல," கவிதா நீ சும்மா இரு, நீங்க சொல்லுங்கோ" என்று வைதேகி மீண்டும் பிடிவாதமாக கேட்க... "ஒரு தடவ சொன்னா உனக்கு அறிவு இல்லை ...எனக்கு லேட் ஆறது நாங்க கிளம்பறோம்" என்று

வைதேகியின் பதிலுக்கு காத்திராமல் விருட்டென்று காரை ஸ்டார்ட் செய்து கவிதாவுடன் கிளம்புகிறார், இன்கம்டாக்ஸ் பற்றிய டென்ஷனில் இருந்த ராமன்.... இதையெல்லாம் பார்த்துக்கொண்டிருந்த லசுஷ்மி அம்மா "சொல்றேன்னு தப்பா நினைச்சுக்காதீங்கோ-நானும் கவனிச்சிண்டிருக்கேன், சாரோட போக்கு கொஞ்ச நாளாவே சரியே இல்லை...பார்த்துகோம்மா "என்று சொல்ல, "மாமி நீங்க சும்மா இருங்கோ - அவர பத்தி என்கிட்ட தப்பு தப்பா சொல்லாதீங்கோ" என்று வைதேகி சொன்னாலும்- வைதேகியின் மனதில் இருவரைப்பற்றியும் சந்தேகம் எழ ஆரம்பிக்கிறது... ராமனின் மொபைலுக்கு போன் செய்தால் அவளுக்கு பொய்யான பதில்தான் கிடைக்கும் என்று உறுதியாக நம்பிய வைதேகி, அவருடைய லேண்ட்லைன் நம்பருக்கு போன் செய்ய, அவர் ஆடிட்டர் ஆபீஸ்க்கு போனது தெரியாமல் "அவர் இங்க வரவே இல்லையே" என்று போனை எடுத்தவர் சொல்ல, மறுமுனையில் தான் யாரென்று சொல்லாமல் கட் செய்கிறாள் வைதேகி...

சுக்கு நூறானது வைதேகியின் மனது...!

அன்று சினிமாவிற்கு போவதற்கு டிக்கெட் கிடைக்காமல் அடுத்த நாள் அந்த சினிமாவுக்கு டிக்கெட் கிடைக்க, அடுத்த நாள் வைதேகியிடம் சொல்லாமல், மாயாஜாலில் ட்ராப் செய்துவிட்டு ராமன் ஆபீசுக்கு செல்வதாக பிளான். ராமனும் கவிதாவும் வழக்கமாக காரில் ஏறி சென்றவுடன், அவர்களுக்கு தெரியாமல் ஒரு ஆட்டோவில் பின் தொடர்கிறாள் வைதேகி...

அவள் சந்தேகித்தது போலவே ஆபீஸ் போகும் வழியில் செல்லாமல் அவர்களுடைய கார் வேறு ரூட்டில் செல்வதை பார்த்து, வைதேகியும் பின்தொடர, மாயாஜால் உள்ளே கார் நுழைந்தபோதே, நொறுங்கியே போகிறாள் வைதேகி.... மாலை அவர்கள் வந்தவுடன், டிபன் சாப்பிட்ட பிறகு, தான் தெரிந்துகொண்ட விஷயங்களை, கொஞ்சம் கொஞ்சமாக தயங்கி தயங்கி கேட்க ஆரம்பிக்கிறாள் வைதேகி... "ஏன்னா நீங்க இன்னிக்கி மாயாஜால் போயிருந்தீங்களோ?" சட்டென்று பொய் சொல்ல வராத ராமன், "ஆமா அந்த

பொண்ணு பிரண்ட்ஸோட சினிமாவுக்கு போனா - நான்தான் டிராப் பண்ணினேன் - உன்கிட்ட சொன்னா திட்டுவ, அதனாலதான் சொல்லல - எனக்கு இன்னிக்கு பூரா இன்கம்டாக்ஸ் டென்ஷன் வேற..." என்று சொல்ல, "நான் என்ன கேட்டா, நீங்க இன்கம்டாக்ஸ் பிராப்ளம்னு ஏதோ சொல்றீங்கோ... மழுப்பாம பதில் சொல்லுங்கோ - கவிதாவும் நீங்களும் இன்னிக்கி சினிமாவுக்கு போனத நான் உங்க பின்னாடியே ஆட்டோல பாலோ பண்ணிண்டு வந்து தெரிஞ்சிண்டேன்... என்கிட்ட பொய் சொல்லாதீங்கோ..." என்று கோபத்துடன் பேச, "என்னையே வேவு பார்க்க ஆரம்பிச்சுட்டியா நீ... ரொம்ப நன்னா இருக்கு " என்று பதிலுக்கு அவரும் கத்த, " வேவு பார்த்தா தானே பவுசு தெரியறது" என்று வைதேகியும் தன் பங்கிற்கு, கோபத்துடன் சொல்ல ... இப்படியே வார்த்தைகள் முற்றி "ஆமாடி! நான் அவளை கல்யாணம் தான் பண்ணிக்க போறேன். உன்னால என்ன முடியுமோ பண்ணிக்கோ போ" என்று கோபக் கனலாக வார்த்தைகளை ராமன் அள்ளி வீச,பதில் பேசாமல் கவிதாவை பார்த்து, "ஆதரவே இல்லாம நின்ன உன்னை, இந்த ஆத்துல கொண்டு வந்து வச்சேன் பாரு எனக்கு இதுவும் வேணும் இன்னமும் வேணும்.." என்று வைதேகி உரத்த குரலில் சண்டையிட, கவிதாவும் பாசாங்கு செய்வது போல் அழுது கொண்டே உள்ளே ஓட, ராமனும் "இந்த வீடு ஒரு நரகம் - இங்க இருக்கவே பிடிக்கல" என்று கூறிவிட்டு சென்றுவிடுகிறார். அழுதுகொண்டே வீட்டை விட்டு வெளியேறிய வைதேகி, கால் போன போக்கில் நடக்கிறாள்...

> "கல்யாணத்துக்கப்புறம் நீங்க மேல படிச்சு வக்கீலானது - ஆத்தை கவனிக்கிறதுகாக வக்கீலுக்கு பிராக்டிஸ் பண்ணாம இருக்கறது - இங்க இருக்கிற மத்தவாளுக்கு வேணா தெரியாம இருக்கலாம்..."

பின்னாலேயே ஓடிவந்த லசுஷ்மி மாமி "இந்த ராத்திரி நேரத்துல எங்க போறீங்கோ..."என்று கேட்க, "நான் அவர் பேர்ல அவ்ளோ பாசம் வெச்சிருக்கேன்... என்னை போய்...நான் இனிமே உயிரோடு இருந்து என்ன பிரயோஜனம்..."என்று முடிக்க முடியாமல் அழ... "சார் ஏதோ கோவத்துல சொல்லிட்டு போறார்... உள்ள வாங்கோ-கல்யாணம் ஆன மூணு மாசத்திலேயே திடீர்னு ஆக்சிடென்ட்ல என் ஆத்துக்காரர் போயிட்டார்...நாங்க ரெண்டு பேரும் ஒருத்தர் மேல ஒருத்தர் அவ்வளவு அன்பு வச்சிருந்தோம் - எனக்கு படிப்பும் கிடையாது ஒண்ணும்

கிடையாது, அப்படியிருந்தும் நானே தற்கொலை பண்ணிக்கலையே... எனக்கு நீங்க பொண்ணாட்டம்... கல்யாணத்துக்கப்புறம் நீங்க மேல படிச்சு வக்கீலானது- ஆத்தை கவனிக்கிறதுகாக வக்கீலுக்கு பிராக்டிஸ் பண்ணாம இருக்கறது - இங்க இருக்கிற மத்தவாளுக்கு வேணா தெரியாம இருக்கலாம் ...ஆனா நீங்க இங்கே வரத்துக்கு முன்னே இருந்து இங்கே இருக்கிற எனக்கு தெரியாம இருக்குமா... நம்ம சாருக்கு நல்ல மனசுதான் - ஏதோ காலக் கோளாறு ... எல்லாத்தையும் பொறுமையா இருந்துதான் சாதிக்கணும்... எனக்குத் தெரிஞ்ச ஒரு வக்கீல் சார் இருக்கார் அவரையும் போய் நாளைக்கு பார்க்கலாம். ...அப்புறம் பகவான் விட்ட வழி" என்று சொல்ல, பதிலேதும் பேசாமல், மாமியை வீட்டிற்குள் பின் தொடர்கிறாள் வைதேகி.

விட்டுக்கொடுக்க முடியாது...!

அடுத்த நாள் காலை அந்த சீனியர் வக்கீல் வீட்டுக்கு வைதேகியை அழைத்துச் சென்று, நடந்த எல்லாவற்றையும் ஒன்றுவிடாமல் அவரிடம் சொல்கிறாள், லக்ஷ்மி மாமி... "உன்னை பார்த்தா ஒரு சாயலுக்கு அமெரிக்காவில் கல்யாணம் ஆகி செட்டில் ஆன என் மகள் மாதிரி இருக்கு...நீ என்கிட்டயே வேலைக்கு சேர்ந்துகலாம்... அது மட்டும் இல்ல உன் புருஷன் பண்ண அநியாயத்துக்கு சட்டப்படி ப்ரொஸிட் பண்ணனும்.... இப்படி ஒரு துரோகத்தை உனக்கு பண்ண அவங்களை சும்மா விடக்கூடாது....உன்னை ஏமாத்தின உன் புருஷன்கிட்டேர்ந்து டைவோர்ஸ் மூலமா நீ கவ்ரவமா வாழறதுக்கு தகுந்த ஜீவனாம்சம் வேணுமா - என்ன பண்ணலாம்னு சொல்லு ... நீயும் வக்கீலுக்கு படிச்சிருக்கே அப்படின்னு மாமி சொன்னாங்க...நீ என் மக மாதிரி - உனக்கு என்ன உதவி வேணும்னாலும் கேளு" என்று அவர் சொல்ல, "சார் இதுவரைக்கும் அவாளுக்கு நல்லது மட்டுமே நினைச்ச எனக்கு, இப்படி பண்ணிட்டாரே சார் .... இத்தனை வருஷமா நான் யார எ்ன தெய்வம்ன்னு

நெனச்சு, ஒவ்வொரு விஷயத்தையும் அவருக்காக பார்த்துப்பார்த்து பண்ணினேனோ, அவரை இன்னொருத்தி புருஷனா என்னால கற்பனை கூட பண்ணி பார்க்க முடியல... அதிலேயும் நான் டைவர்ஸ் பண்ணிட்டா உடனே அவா ரெண்டு பேரும் அழகா கல்யாணம் பண்ணிண்ட்ருவா ... அதுவே அவாளுக்கு ஒரு பெரிய வெற்றி... அதனால எனக்கு அவர்கிட்ட இருந்து டைவர்ஸ் வேண்டவே வேண்டாம்... சட்டமும், சமூகமும், நான்தான் அவருடைய மனைவி அப்படின்ற உரிமையை எனக்கு கொடுத்திருக்கு... நான் டைவர்ஸ் பண்ணாத வரைக்கும் அவ என்னைக்கும் மனைவின்ற அந்தஸ்தை பெற முடியாது... அதனால அவர் எங்க ஆத்துக்காரர் ஆத்துக்காரர் தான்! எந்த துரோகிக்கும் நான் என்னுடைய மனைவின்ற ஸ்தானத்தை விட்டுக் கொடுக்க தயாரா இல்லை..." என்று சற்றே ஆவேசமாக வைதேகி சொல்ல..."சரிமா உன்னோட இந்த உணர்வுகளை நான் ரொம்ப மதிக்கிறேன்... ஆனா உன்னை இவ்வளவு தூரம் மன உளைச்சலுக்கு ஆளாக்கின அவங்க ரெண்டு பேரையும் சும்மா விடுறது நியாயம் இல்லை - ஒரு பத்து நாள் டைம் எடுத்துக்கோ - போய் நல்லா யோசிச்சுட்டு அப்புறம் என்னை வந்து பாரு "என்று அவர் சொல்லிக்கொண்டே இருக்கும்போது, சரியாக வைதேகியின் அலைபேசி மணி அடிக்க எதிர்முனையில் "அம்மா R1 போலீஸ் ஸ்டேஷனிலிருந்து பேசறோம் - ராமன்அப்படின்றது உங்க ஹஸ்பெண்டா, wifeனு உங்க நம்பரை save பண்ணி வச்சிருக்காரு... Drunken drive கேஸ் - அதனால கார சீஸ் பண்ணி வெச்சிருக்கோம்... நீங்க வந்து அவரை கூட்டிட்டு போக முடியுமா?" என்று கேட்க,

"ஐயோ இது வேறயா...? இதுவரை அவருக்கு குடிக்கிற பழக்கமே கிடையாதே ... இதோ நான் வரேன்" என்று சொல்லிவிட்டு, லக்ஷ்மி மாமியுடன் போலீஸ் ஸ்டேஷனிற்கு விரைகிறாள் வைதேகி.

போதையில் வீட்டுக்கு வந்த ராமன், தன்னை கெடுத்து விட்டதாக அவரிடம் தனிமையில் அழுகிறாள், கவிதா. ஏதோ ஒரு கோவத்தில் சொல்லிவிட்டாலும் அதுவரையில் கவிதாவை திருமணம் செய்ய வேண்டும் என்ற எண்ணமே துளிகூட இல்லாத ராமனுக்கு உண்மையிலேயே குற்ற உணர்ச்சி வந்து மனதை அரிக்கிறது ...

குடிபோதையில் இருந்த ராமனை, மாடிக்கு அவர்களின் அறைக்கு கூட்டிச் செல்லாமல், எளிதாக இருக்கும் என்று கீழே கவிதா ரூமிலேயே படுக்க வைக்கப்படுகிறார்.அடுத்த நாள் போதையிலிருந்து எழுந்த ராமன் தான் கவிதாவின் அறையில் இருப்பதைக்கண்டு திடுக்கிட்டு தன்னுடைய டிரஸ்ஸை செய்து சரி செய்து கொள்கிறார். போதையில் வீட்டுக்கு வந்த ராமன், தன்னை கெடுத்து விட்டதாக அவரிடம் தனிமையில் அழுகிறாள், கவிதா. ஏதோ ஒரு கோவத்தில் சொல்லிவிட்டாலும் அதுவரையில் கவிதாவை திருமணம் செய்ய வேண்டும் என்ற எண்ணமே துளிகூட இல்லாத ராமனுக்கு, உண்மையிலேயே குற்ற உணர்ச்சி மனதை அரிக்கிறது ...

ராதா கொடுக்கும் அட்வைஸ் ....!

"இனிமே காலேஜூக்கு, கவிதா ஆட்டோவில் போய்ட்டு வரட்டும்... எனக்கு ஆபிஸ்ல நிறைய வேலை இருக்கு- அதனால நான் காலையில சீக்கிரமா கிளம்பிடுவேன்- வர்றதுக்கு நைட் லேட் ஆகும்... இன்னும் ஒரு மாசத்துக்கு ஆடிட்டிங் இருக்கு..." என்று பட்டும் படாமலும் ஏதோ சுவற்றைப் பார்த்து சொல்லிவிட்டு போவதுபோல சொல்லிவிட்டுப் போய்விடுகிறார் ராமன்... அன்றிலிருந்து மன உளைச்சலில் ராமன் யாரிடமும் பேசாமல் இருக்கிறார்- எப்போதும் போல ஆபீஸ் வேலைகளை மட்டும் கவனிப்பதோடு சரி.

காலையில் லசஷ்மி மாமி டிவியை ஆன் செய்தபோது, 'இனிய கானங்கள்' நிகழ்ச்சியில் முதலில் ராமனுக்கு பிடித்த "மல்லிகை என் மன்னன் மயங்கும்" பாடல் ஒளிபரப்பாக, " காலங்காத்தால என்ன வேண்டி கிடக்கு டிவி" என்ன கொஞ்சம் நிம்மதியா இருக்க விடுங்க" என்று ராமன் உரக்க கத்திவிட்டு படாரென்று டிவியை ஆப் செய்துவிட்டு, போகிறார்.

அதைப் பார்த்த வைதேகிக்கு ' என்ன ஆச்சு இவருக்கு! இந்த பாட்டுன்னா இவருக்கு ரொம்ப பிடிக்குமே - ஒருகால் ஆபீஸ் டென்ஷனோ...' என்று நினைத்துக் கொள்கிறாள்.

அதுமட்டுமல்ல, ஒவ்வொரு முறையும் கவிதாவைப் பற்றி வைதேகி பேச்சை எடுக்கும்போது, அதை அவாய்டு செய்து ஒதுங்கி ஒதுங்கி போகிறார். ஒரு gloomy situation.... அத்தனை கலகலப்பாக இருந்த ராமன் - ஏன் இப்படி நடந்து கொள்கிறார்... என்ற குழப்பம் வைதேகிக்கு இருந்தாலும், ' இப்போதைக்கு எதையும் கேட்க வேண்டாம்... கொஞ்ச நாள் பொறுத்திருப்போம்' என்று நினைக்கிறாள்...

இப்படியே 2 மாதங்கள் ஓடிவிடுகிறது... இப்படியே நழுவிக் கொண்டிருக்கும் ராமனை எப்படி சம்மதிக்க வைப்பது என்று கவிதா யோசித்துக் கொண்டே இருக்கிறாள்...

பக்கத்து வீட்டு ராதாவுக்கு, 'பக்கத்து வீட்டில முன்னிருந்த அந்த கலகலப்பு இப்ப இல்லையே - வைதேகி வீட்டில் ஏதோ பிரச்சனை - எப்படியாவது அது என்ன பிரச்சனை அப்படின்னு நாம தெரிஞ்சுக்கணும்' என்று "சிந்து பைரவி" படத்தில் ஜனகராஜின் தலையைப் போல மண்டையே வெடித்து விடும் அளவிற்கு ஆகிறது ராதாவுக்கு... ! 'லசுஷ்மி மாமியிடம் கேட்கலாம் என்றால், அந்த மாமி சரியான அழுக்கணாகிழங்கு - ஒரு வார்த்தை வாங்க முடியாது அவங்ககிட்ட இருந்து... அதனால அந்த பொண்ணு கவிதா கிட்டயே கேட்டுடலாம்' என்று கவிதாவின் கல்லூரி முடியும் நேரத்திற்கு நேராக அவள் கல்லூரிக்கு

செல்கிறாள் ராதா. கவிதாவுக்கு ராதாவை பார்த்தவுடன் சற்று அதிர்ச்சியாக இருந்தாலும், பாம்பு ஒன்றை ஒன்று விழுங்குவது போல, 'இந்த பிரச்சினையில நமக்கு ராதா ஆன்ட்டி கட்டாயமாக உதவுவாங்க' என்று மனதில் பிளான் போட ஆரம்பிக்கிறாள்...

"ஏண்டா கண்ணு...நீ எதுக்கு அழணும்
- அந்த வைதேகி அழவிடு... நீ என்ன
பண்ற - நாளைக்கே ராமன் சாரோட
ஆபிசுக்கு போய் எனக்கு என்ன நியாயம்
அப்படின்னு கேட்கற... அதுதான் இந்த
பிரச்சனைக்கு தீர்வு தரும்... வைதேகிக்கோ
குழந்தை இல்லை அது ஒண்ணு போதுமே
- நீ இராமனை கல்யாணம் பண்ணிக்க...
இந்த ஆன்டியோட சப்போர்ட் எப்பவுமே
உனக்கு உண்டு..."

ராதா கவிதாவைப் பார்த்ததும், "இந்த சைடு வந்தேன்- காலேஜ் விட்டு எல்லா பசங்களும் வெளில

வர்றதை பார்த்தேன் - சரி உன்ன பாத்து ரொம்ப நாளாச்சே அப்படின்னு இங்க உனக்காக வெயிட் பண்ணிட்டிருந்தேன்..." என்று பொய் புன்னகையுடன் ராதா பேசுவதை கேட்ட கவிதாவும், 'பக்கத்து வீட்டுல இருந்துண்டு- என்னமோ 20 ஆயிரம் மைலுக்கு அப்பால் இருக்கிற மாதிரி இல்லை பேசுறாங்க இந்த அம்மா' என்று நினைத்துக்கொண்டே, அதே பொய் புன்னகையுடன், "ஆமாம் ஆன்ட்டி உங்கள பாத்து ரொம்ப நாளாச்சு" என்று சொல்ல, ராதாவும் "வா, பக்கத்துல காபி ஷாப்பில் காபி சாப்பிட்டுட்டு போலாம்" என்று சொல்ல, "சரி ஆன்ட்டி" என்று இருவரும் காபி ஷாப்பிற்கு செல்கின்றனர்...

சூடாக வந்த கேப்புச்சினோவை உறிஞ்சியபடியே, கவிதாவின் வாயிலிருந்து எப்படியாவது விஷயத்தை வாங்கிவிட வேண்டும் என்று மெதுவாக ராதா, கவிதாவிடம் பேச்சு கொடுக்கிறாள்..."இந்த வைதேகி படுமோசம் - அவளை நான் எத்தனையோ வருஷமா பாத்துட்டிருக்கேன் - நீ எப்படித்தான் அவகூட அந்த வீட்டில இருக்கியோ எனக்கு தெரியல..." என்று கொஞ்சம் கொஞ்சமாக மனதை கரைப்பது போல பேச ஆரம்பித்து, "ஆமா அங்க என்ன பிரச்சனை..." என்று விஷயத்திற்கு வர, இதுதான் நல்ல சந்தர்ப்பம் என்று, தனக்கு சாதகமாக அவளிடம் அட்வைஸ் கேட்பது போல, நடந்த எல்லாவற்றையும் சொல்லி கூடவே," எனக்கு கொஞ்ச நாள் தள்ளிப் போயிருக்கு ... ஆன்ட்டி எனக்கு உண்மையிலேயே பயமா இருக்கு இப்ப நான் பிரக்ணண்டா (Pregnant) இருப்பேனோ அப்படின்னு" என்று சற்றே கண் கலங்கி கவிதா சொல்ல, "ஏண்டா கண்ணு...நீ எதுக்கு அழணும் - அந்த வைதேகிய

அழவிடு... நீ என்ன பண்ற - நாளைக்கே ராமன் சாரோட ஆபிசுக்கு போய் எனக்கு என்ன நியாயம் அப்படின்னு கேட்கற... அதுதான் இந்த பிரச்சனைக்கு தீர்வு தரும்... வைதேகிக்கோ குழந்தை இல்லை - அது ஒண்ணு போதுமே, நீ இராமனை கல்யாணம் பண்ணிக்க... இந்த ஆன்டியோட சப்போர்ட் எப்பவுமே உனக்கு உண்டு..." என்று ராதா சொல்ல, உண்மையிலேயே கொஞ்சம் தைரியம் அதிகமாகிறது கவிதாவின் மனதில்...

கர்ப்பம்...!

அடுத்த நாள் கவிதா கல்லூரிக்குச் செல்லாமல், நேராக ராமனின் அலுவலத்திற்கு செல்கிறாள்..." உங்க எம் டியை பார்க்கணும் " என்று நேரடியாக எடுத்த எடுப்பிலேயே சொல்ல, அதற்கு முன் அவளை பார்த்திராத ரிசப்ஷனிஸ்ட், " அவர் இப்ப கொஞ்சம் பிஸியா இருக்கார்-உங்களுக்கு அவரைமீட் பண்றதுக்கு ப்ரயர் அப்பாயின்மென்ட் இருக்கா?" என்று கேட்க, "ஆ! ரெண்டு மாசம் முன்னாடியே அப்பாயிண்ட்மெண்ட் வாங்கியாச்சு..." என்று தெனாவட்டாக சொல்ல," உங்க பேர்?" என்று ரிசப்ஷனிஸ்ட் கேட்க, "கவிதான்னு சொல்லுங்க " என்று சொல்கிறாள்... ரிசப்ஷனிஸ்ட் ராமனின் இன்டர்காமிற்கு போன் செய்து, "உங்கள பார்க்கிறதுக்கு, ஒரு பொண்ணு வந்திருக்காங்க சார்" என்று சொல்ல, "நான் யாருக்கும் அப்பாயின்மென்ட் கொடுக்கலையே இன்னிக்கி - நான் கொஞ்சம் பிஸியா இருக்கேன் அப்புறமா வர சொல்லுங்க" என்று ராமன் சொல்ல, "சார் அவங்க உங்க அப்பாயின்ட்மெண்டை ரெண்டு மாசம் முன்னாடியே வாங்கிட்டாங்களாம் - பேரு கவிதா சொல்றாங்க" என்று ரிசப்ஷனிஸ்ட்

சொன்னவுடன், ராமன் திடுக்கிட்டு, "சரி உடனே உள்ளே அனுப்புங்க" என்கிறார்...

அங்கிளை எப்படியோ சமாளிச்சாச்சு ... ஆனா வைதேகி ஆன்ட்டி ரொம்பவும் பிரில்லியன்ட் - அவ்வளவு ஈஸியா டைவர்ஸ் கொடுக்க மாட்டா... கல்யாணம் சீக்கிரம் நடக்கணும் அப்படின்னா அதுக்கு ஒரே வழி வைதேகி ஆன்ட்டி இடத்துக்கு நான் வரணும் - அப்போ வைதேகி ஆன்ட்டி இல்லாம போயிட்டா...' என்று அதீத கற்பனை கவிதாவின் மனதில் ஓடியது ... பலவிதமாக கணக்கு போட்டபடி ராமனின் ஆபீசிலிருந்து நடக்கிறாள் கவிதா...

ராமனின் அறைக்குள் சென்றவுடன் சட்டென்று கவிதா, "அங்கிள் எத்தனை நாளைக்குத்தான் இப்படி நழுவிண்டே இருப்பீங்கோ... என்ன பாக்குறதையே avoid பண்றீங்களே... என்னை ஏமாற்றிடலாம் நினைச்சுண்டு இருக்கீங்க போல... உங்க வாரிசு என் வயித்துல வளர்றது - அத நன்னா ஞாபகம் வச்சுக்கோங்கோ..நீங்க இதுக்கு ஏதாவது முடிவு பண்ணியே ஆகணும் - நானும் எத்தனை நாள் பொறுமையா காத்துண்டு இருக்கிறது ...அத்தைக்கு குழந்தை இல்லை இப்போ உங்க வாரிசு என் வயித்துல வளர்றது ...அதனால நீங்க என்ன தாராளமா கல்யாணம் பண்ணிக்கலாமோல்யோ" என்று மிரட்டும் தொனியில்

சொல்ல, "என்னது நீ கர்ப்பமா இருக்கியா... "என்று தட்டுத்தடுமாறி ஆரம்பித்து, "சந்தோஷப் படவேண்டிய விஷயம்தான்...ஆனா உனக்கு இப்போ இன்னும் 18 வயசு முடியல அதுக்கு இன்னும் சில மாதங்கள் இருக்கு, அதனால இப்ப கல்யாணம் பண்ண முடியாது அதுக்குள்ள கொஞ்சம் டைம் கொடு என் மனசும் சங்கடத்தில் இருக்கு - நான் வைதேகி கிட்ட பேசுறேன்" என்று ராமன் சொல்ல, வெற்றி தன்னுடைய பக்கத்தில் இருப்பதை நினைத்து சந்தோஷப்படுகிறாள் கவிதா.

இருந்தாலும் மனதில் ஒரே குழப்பம், 'அங்கிளை எப்படியோ சமாளிச்சாச்சு ...ஆனா வைதேகி ஆன்டி ரொம்பவும் பிரில்லியன்ட் - அவ்வளவு ஈஸியா டைவர்ஸ் கொடுக்க மாட்டா... கல்யாணம் சீக்கிரம் நடக்கணும் அப்படின்னா அதுக்கு ஒரே வழி வைதேகி ஆன்டி இடத்துக்கு நான் வரணும் - அப்போ வைதேகி ஆன்டி இல்லாம போயிட்டா...' என்று அதீத கற்பனை கவிதாவின் மனதில் ஓடியது ...பலவிதமாக கணக்கு போட்டபடி ராமனின் ஆபீஸிலிருந்து நடக்கிறாள் கவிதா...

என்ன நடக்க போகிறதோ...!

கவிதா ஆபீசை விட்டு கிளம்ப, சிறிது நேரத்தில், ராமனின் ஆபீஸ் பாய் ஓடிவந்து " சார் சார் உங்கள பாத்துட்டு போச்சே ஒரு பொண்ணு, அது நம்ம ஆபீஸ் எதிர ரோட கிராஸ் பண்ணும் போது, பஸ் மோதி அந்த ஸ்பாட்லேயே இறந்து போயிடுச்சு சார்" என்று சொல்ல, 'இந்த பாவம் நம்மள சும்மா விடுமா - போஸ்ட்மார்ட்டம் செய்யும்போது அவ கர்ப்பம் அப்படின்னு தெரிஞ்சா என்னென்ன பிரச்சனைகள் வருமோ -கவிதாவின் வயிற்றில் இருக்கும் குழந்தையின் டிஎன்ஏ டெஸ்ட் எடுத்தால் போக்ஸோ ஆக்ட் தன் மீது பாயுமோ - அந்த பொண்ணுக்கு 17 + வயது தானே' போன்ற பல குழப்பங்களில் விரைந்து, அந்த இடத்திற்கு ஓடிய ராமனுக்கு, அந்த கோர காட்சியை பார்த்த உடனேயே ஹார்ட் அட்டாக் வர, ஆம்புலன்ஸ் வரவழைத்து அவரை உடனே பக்கத்தில் இருக்கும் ஹாஸ்பிடலுக்கு கொண்டு செல்கின்றனர். வைதேகிக்கு தகவல் தெரிவிக்கப்படுகிறது - வைதேகி தாள முடியாமல் அழுதுகொண்டே "எனக்கு ஏன் இத்தனை சோதனை வரது - பெருமாளே அவருக்கு முன்னாடி என்ன

அழைச்சிண்டு போயிடு..." என்று தழுதழுத்த குரலில் வைதேகி சொல்லி மயங்கி விழ....

சில மணிநேரங்கள் கழித்து, ஹாஸ்பிடல் படுக்கையில் வைதேகி கண்விழித்து பார்க்க, பக்கத்தில் லசுஷ்மி மாமி நின்றிருக்க, "நீங்க ஒண்ணும் கவலைப்படாதீங்கோ...எல்லாம் நல்ல சமாச்சாரம்தான் - அந்தப் பெருமாள் கண்ண தொறந்துட்டார் ... என்ன பாக்கறீங்கோ- நம்ம ஆத்துக்கு குழந்தைகள் வரப்போகிறது- ரெட்டை குழந்தைகள் - அவருக்கும் ஒண்ணும் இல்ல... டாக்டர்கள் அவர் சீரியஸ் கட்டத்தை தாண்டியாச்சு அப்படின்னு சொல்லிட்டா..."என்று சொல்லிக்கொண்டே போக "நான் உடனே அவரை பாக்கணும்..." என்று அவர் இருக்கும் ஐசியு அறைக்கு செல்கிறாள் வைதேகி ... வைதேகியை பார்த்தவுடன் கட்டுப்படுத்த முடியாமல் அழ ஆரம்பிக்கிறார் ராமன்.. " அன்னைக்கு ஏதோ பேச்சு முத்தி, நான் கவிதாவை கல்யாணம் பண்ணிக்கிறேன் அப்படின்னு தாறுமாறா பேசிட்டேன் - என்னை மன்னிச்சுடு... கல்யாணத்துக்கு அப்புறம் உன்னை தவிர வேற ஒருத்திய நான் மனசால கூட நெனச்சதே கிடையாது ... ஆனா என்னுடைய consious-ல நான் இல்லாத நேரத்தில், நான் உனக்கு துரோகம் பண்ணிட்டேன் வைதேகி ... அன்னைக்கு ஒரு நாள் முதல் தடவையா drinks பண்ணிட்டு வந்தேன் ஞாபகம் இருக்கா ...அன்னிக்கு என் நிலை மறந்திருந்த நேரத்துல ... கவிதாவை நானே..." மேலும் அதை சொல்ல முடியாமல் கதறுகிறார் ராமன்... "என்னால கர்ப்பமா இருந்த அந்த பொண்ணு ரோடு ஆக்ஸிடெண்ட்ல போயிட்டா - இப்ப அந்த பாவம் எனக்கு தானே- அன்னைக்கு நான் கொஞ்சம் உன்கிட்ட

கடுமையா நடந்துகிட்டேன் ... அது ஏதோ குழப்பத்தில ... உன்ன திட்டின பாவத்துக்கு தான் நான் இப்போ அனுபவிக்கிறது....இந்தப் பாவிக்கு உன்னோட மன்னிப்பு கிடைக்குமா" என்று தேம்பித் தேம்பி அழுதுகொண்டே சொல்ல - இதைக் கேட்க கேட்க வைதேகியின் முகம் மாறுகிறது, "நீங்க ஒரு தப்பும் பண்ணலன்னா... நான்தான் தப்பு பண்ணிட்டேன் - உங்ககிட்ட என்னைக்கோ வந்து பேசியிருக்கணும்... ஆனா இவ்வளவு தூரம் நான் அவளுக்கு பண்ணதுக்கு, இப்படி ஒரு பொய்ய உங்க கிட்ட சொல்லி இருக்கா அவன்னு சொன்னா, என்ன சொல்றது... இங்க பாருங்கோ அவளுடைய போஸ்ட்மார்ட்டம் ரிப்போர்ட் ...அவ இன்னும் கன்னிதான் அப்படின்றதற்கான எவிடன்ஸ்... இனிமே போன பொண்ண பத்தி நாம ஒண்ணும் சொல்ல வேண்டாம்... அன்னைக்கு அவள மேல் ரூமுக்கு அனுப்பிச்சுட்டு உங்க பக்கத்திலேயே இருந்து பார்த்துண்டது நான்தான் - அதனாலதான் இப்போ நம்ம ஆத்துக்கு புதுசா 2 ஜீவன் வரப்போறது – ஆமான்னா - இத்தனை வருஷம் கழிச்சு கொடுத்தாலும், பெருமாள் நமக்கு ரெட்டிப்பு சந்தோஷத்தை கொடுத்திருக்கார்... அன்னிக்கி கூட நீங்க ஆடிட்டர் ஆபீஸ்க்கு தான் போயிருந்தீங்கோன்னு, கவிதா கூட சினிமாவுக்கு போகலைன்னு தெரிஞ்சது... அதனால உங்கள வீணா சந்தேகப்பட்டதுக்கு சாரின்னா..." என்று வைதேகி சொல்ல, "நமக்குள்ள எதுக்கு இந்த சாரி" என்று அவள் கையைப் பிடித்துக்கொண்டு, ராமன் ஆனந்தக் கண்ணீர் வடிக்கிறார்...

ஆந்திராவில 2018 ல ஒரு லேடிக்கு 74 வயசுல இரட்டைகுழந்தை பொறந்திருக்கு - அந்த வயசிலேயே அவங்களுக்கு பிரசவம் அவ்ளோ ஈஸியா நடந்தது இரண்டு குழந்தையும் இப்போ அவ்ளோ ஹெல்தியா இருக்காங்க... அது மட்டுமில்ல பயாலஜிக்கல் ஏஜ் வேற பிசிகல் ஏஜ் வேற அப்படின்னு இப்போ கண்டுபிடிச்சிருக்காங்க...

எல்லா விஷயத்தையும் தெரிந்துகொண்டு அங்கே வரும் ராதாவும் அவள் கணவரும் "அந்த கவிதா என்கிட்ட இல்லாததும் பொல்லாததும் சொல்லி என்னையும் ஏமாத்தி இருக்கா... வைதேகி நீ கவலையே படாதே - உன் நல்ல மனசுக்கு ஒரு குறையும் வராது... ஆந்திராவில 2018 ல ஒரு லேடிக்கு 74 வயசுல இரட்டைகுழந்தை

பொறந்திருக்கு - அந்த வயசிலேயே அவங்களுக்கு பிரசவம் அவ்ளோ ஈஸியா நடந்து, இரண்டு குழந்தையும் இப்போ அவ்ளோ ஹெல்தியா இருக்காங்க.... அது மட்டுமில்ல பயாலஜிக்கல் ஏஜ் வேற, பிசிகல் ஏஜ் வேற அப்படின்னு இப்போ கண்டுபிடிச்சிருக்காங்க... இனிமே வைதேகிக்கு கூடவே இருந்து நான் பாத்துக்க போறேன்... "என்று ராதா சொல்லிக்கொண்டே போக, உடன் இருந்த கணவர் சுரேஷ், " ராதா இப்பவாச்சும் உனக்கு புத்தி வந்ததே- இனிமே மத்தவங்கள பத்தி தப்பு சொல்றத விட்டுடு... கவிதாவோட லைஃப் தப்பு பண்றவங்களுக்கெல்லாம்   ஒரு   பாடம்...சும்மாவா சொன்னாங்க கர்மா ஒரு 'பூமராங்' அப்படின்னு " என்று சொல்ல – ராதா" இன்னிக்கு நைட் சாப்பாடு உங்களுக்கு நான் தான் செய்யணும் - கர்மா is a பூமராங் ஞாபகம் வச்சிக்கோங்க" என்று கிண்டலாக சொல்ல, சுரேஷ் தலைக்குமேலே கையை கூப்ப, எல்லோரும் சிரிக்கின்றனர்.

www.ingramcontent.com/pod-product-compliance
Lightning Source LLC
Chambersburg PA
CBHW040826120726
48005CB00012B/1523